ഭ്രാന്ത്

bhranth
stories
•
b m zuhara
•
first chintha edition
july 2010
•
typesetting
megha
•
published
chintha publishers, thiruvananthapuram
•
printed

•
cover
ambeesh kumar

വിതരണം
ദേശാഭിമാനി ബുക്ക് ഹൗസ്
H O തിരുവനന്തപുരം-695 001

ബ്രാഞ്ചുകൾ
ഓവർബ്രിഡ്ജ് തിരുവനന്തപുരം • കെ എസ് ആർ ടി സി ബസ് സ്റ്റേഷൻ ആലപ്പുഴ • കെ എസ് ആർ ടി സി ബസ് സ്റ്റേഷൻ എറണാകുളം • കലൂർ കൊച്ചി • ഐ ജി റോഡ് കോഴിക്കോട് • മാവൂർ റോഡ് കോഴിക്കോട് • എൻ ജി ഒ യൂണിയൻ ബിൽഡിങ് കണ്ണൂർ • സെൻട്രൽ ബസ് ടെർമിനൽ കോംപ്ലക്സ് താവക്കര കണ്ണൂർ • മച്ചിങ്ങൽ ലെയ്ൻ തൃശൂർ

CO - 1463 / 2493

ഭ്രാന്ത്

കഥകൾ

ബി എം സുഹറ

ചിന്ത പബ്ലിഷേഴ്സ്
തിരുവനന്തപുരം-695 001

ബി എം സുഹറ

തിക്കോടിയിൽ ജനിച്ചു. വൈദ്യേരകത്ത് മമ്മദുകുട്ടി ഹാജിയുടെയും ബടയക്കണ്ടി മാളിയേക്കൽ മറിയുമ്മയുടെയും മകൾ. തിക്കോടി പ്രൈമറി സ്കൂൾ, കോഴിക്കോട് പ്രോവിഡൻസ് ഹൈസ്കൂൾ, പ്രോവിഡൻസ് കോളേജ് എന്നിവിടങ്ങളിൽ പഠിച്ചു. *കിനാവ്* എന്ന നോവലിന് 1992 ൽ യുവസാഹിത്യകാരിക്കുള്ള ലളിതാംബിക അന്തർജന സ്മാരകപുരസ്കാരം കിട്ടി.

കിനാവ്, മൊഴി, ഇരുട്ട്, നിലാവ്, നിഴൽ, ആകാശഭൂമികളുടെ താക്കോൽ (നോവൽ), *ഭ്രാന്ത്, കുഹൂ... കുഹൂ* (ചെറുകഥ), *മലമുകളിലെ അപ്പൂപ്പൻ, മന്ത്രമോതിരം, കുട്ടികളുടെ അറബിക്കഥകൾ, പവിഴപ്പുറ്റ്, നീലക്കുറുക്കൻ* (ബാലസാഹിത്യം), *അമൃതപുത്രി, സൈനിന്റെ കല്യാണം, കൊട്ടാരത്തെരുവ്* (പരിഭാഷ), *മുഖാമുഖം* (അഭിമുഖങ്ങൾ) എന്നിവ കൃതികൾ.

നിരൂപകനായ ഡോ. എം എം ബഷീറാണ് ഭർത്താവ്.

കാർട്ടൂണിസ്റ്റ് ബി എം ഗഫൂർ സഹോദരനും എഴുത്തുകാരി ഉമ്മി അബ്ദുള്ള സഹോദരിയുമാണ്.

മക്കൾ : അജ്മൽ ബഷീർ, അനീസ് ബഷീർ

വിലാസം : മാളിയേക്കൽ
മലാപ്പറമ്പ് പി ഒ
കോഴിക്കോട് – 673 009

ഉള്ളടക്കം

ഞാൻ കഥാകാരിയായ കഥ

ഉണർന്നിരുന്നു കിനാവു കാണുക ചെറുപ്പം മുതൽ എന്റെ പതിവാണ്. സ്വപ്നത്തിൽ വാങ്ങിയ സാധനങ്ങൾ പുലരുമ്പോൾ അലമാരകളിൽ പരതുന്ന പതിവ് മുതിർന്നിട്ടും ഉണ്ടായിരുന്നു. ഉണർന്നിരിക്കുന്നവന്റെ സ്വപ്നാടനമാണ് എഴുത്ത് എന്ന് അന്ന് ഞാൻ അറിഞ്ഞിരുന്നില്ല. പകൽക്കിനാവിൽ മുഴുകി ഉലകം മറന്നിരിക്കുമ്പോൾ ഉമ്മ വിളിക്കുന്നത് ഞാൻ കേട്ടെന്നുവരില്ല. അക്കാരണത്താൽ ഉമ്മയുടെ ശകാരം ഏറെ കേട്ടിട്ടുണ്ട്.

"നാളെപ്പിറ്റേന്ന് അന്യനൊരുത്തന്റെ കൂടെ കഴിയാനുള്ള പെണ്ണാ. ആ ബോധമില്ലാതെ കിനാവുകണ്ടു നടക്കുന്നത് പെണ്ണിനു കൊള്ളാമോ?"

ഉമ്മ വേവലാതിപ്പെടാറുണ്ട്.

ഈ അന്യനൊരുത്തൻ കുട്ടിക്കാലത്തെ എന്റെ പേടിസ്വപ്നമായിരുന്നു.

"എനിക്ക് ആരുടേയുംകൂടെ കഴിയേണ്ട."

ഞാൻ എതിർക്കും.

"പിന്നെ?"

ഉമ്മ അരിശത്തോടെ എന്നെ തുറിച്ചുനോക്കുന്നു.

"എനിക്കു വക്കീലാകണം."

വടക്കേ മലബാറിലെ കുഗ്രാമത്തിലെ യാഥാസ്ഥിതിക മുസ്ലിം കുടുംബത്തിൽ ജനിച്ച എനിക്ക് പട്ടണത്തിൽ ചേർന്നു പഠിക്കാനുള്ള അവസരമില്ല എന്നു മനസിലാക്കാനുള്ള വിവേചനശേഷി അന്നെനിക്കില്ലായിരുന്നു.

"പെണ്ണേ നടക്കാത്തതൊന്നും മോഹിക്കേണ്ട."

ഉമ്മ താക്കീതുചെയ്യും.

"വല്ലിക്കാക്ക വക്കീലായില്ലേ? ഞാനും പഠിച്ചു വക്കീലാകും."

എന്റെ മൂത്തസഹോദരൻ ആയിടെയാണ് കോട്ടിട്ട് വക്കീലായി സന്നതെടുത്തത്. വീട്ടിലുള്ളവർക്കും നാട്ടാർക്കും വല്ലിക്കയോടുള്ള ആദരവാണ് എന്നിൽ വക്കീലാവാനുള്ള മോഹമുണർത്തിയത്.

"ഓൻ ആണാ. ഇന്റെ കുട്ടി വേണ്ടാത്തതൊന്നും ആശിക്കല്ലേ."

ഉമ്മയുടെ സ്നേഹത്തോടെയുള്ള താക്കീതിന് എന്റെ ഉള്ളിലെ മോഹത്തെ നുള്ളിക്കളയാനായില്ല. ബാപ്പയും വല്ലിക്കയുമൊക്കെ മരിച്ചതോടെ ഉമ്മ താമസം കോഴിക്കോട്ടേക്ക് മാറ്റി. ആൺമക്കളെ പഠിപ്പിക്കാനുള്ള സൗകര്യത്തിനുവേണ്ടി മാത്രമാണ് ഉമ്മ നാടും വീടും വിട്ട് നഗരത്തിൽ ചേക്കേറിയത്. അത് എന്റെ ജീവിതത്തിലും വഴിത്തിരിവായി. എന്നെയും കോൺവെന്റ് സ്കൂളിൽ ചേർത്തു. പത്താംക്ലാസു കഴിഞ്ഞതും ഉമ്മയ്ക്ക് വേവലാതി തുടങ്ങി. കല്യാണാലോചനകൾ മുറുകിയിട്ടും വക്കീൽസ്വപ്നം ഞാൻ ഉള്ളിലിട്ടു നടന്നു. അധികം വാശിപിടിച്ചാൽ ഉള്ള പഠിപ്പും മുടങ്ങുമെന്നു മനസിലായതോടെ ആ മോഹം ഞാൻ തന്നെ സൗകര്യപൂർവം മറന്നു. കരഞ്ഞും വാശിപിടിച്ചുമാണ് കോളേജിൽ ചേർന്നത്. ഇത്താത്തമാരുടെ രണ്ടുപേരുടെയും വിവാഹം പതിനഞ്ചു തികയും മുമ്പേ ബാപ്പയും വല്ലിപ്പയും നടത്തിയിരുന്നു. അവരില്ലാത്തതുകൊണ്ട് വീട്ടിലെ പെൺകുട്ടിയെ പ്രായംതികഞ്ഞിട്ടും കെട്ടിച്ചയക്കുന്നില്ല എന്ന് നാട്ടുകാർ പഴിക്കില്ലേ എന്നായിരുന്നു ഉമ്മയുടെ ആധി. കാലംമാറി, പഠിപ്പുള്ള പെൺകുട്ടികൾക്കേ വിദ്യാസമ്പന്നരായ ഭർത്താക്കന്മാരെ കിട്ടൂ എന്നൊക്കെ എന്റെ സഹോദരന്മാർ ഉമ്മയെ ആശ്വസിപ്പിച്ചതുകാരണം എന്റെ പഠിത്തം തുടർന്നു.

ആൺകുട്ടികളെ പട്ടണത്തിൽ പറഞ്ഞയച്ചു പഠിപ്പിക്കാൻ വീട്ടിലെ പുരുഷന്മാർക്കൊപ്പം ഉമ്മയും താൽപ്പര്യമെടുത്തിരുന്നു. ആൺമക്കൾ പഠിച്ച് സർക്കാരുദ്യോഗസ്ഥരാവുക. പെൺകുട്ടികൾ അത്യാവശ്യം എഴുത്തും വായനയും മതകാര്യങ്ങളും പഠിച്ചു വീട്ടമ്മയാവുക. അതാണ് വീട്ടിലെ കീഴ്വഴക്കം. അത് ഉമ്മയായിട്ട് തെറ്റിക്കരുതല്ലോ. ഞാനാണെങ്കിൽ പത്താംക്ലാസു ജയിച്ചു. *ഖുർആൻ* മുപ്പതും ഓതിത്തികഞ്ഞു. ഇസ്ലാം കാര്യങ്ങളും ഈമാൻ കാര്യങ്ങളും കാണാപ്പാഠം പഠിച്ചു. അതോടെ വിവാഹത്തിനു 'ക്വാളിഫൈഡ്' ആയി എന്ന് ഉമ്മ ഉറച്ചുവിശ്വസിച്ചു. ഉമ്മ മുപ്പത്തെട്ടാം വയസിലാണ് എന്നെ പ്രസവിച്ചത്. പതിനഞ്ചാം വയസിൽ തുടങ്ങിയ പ്രസവം മുപ്പത്തിയെട്ടാം വയസിൽ എന്നെ പ്രസവിച്ചതോടെയാണ് അവസാനിച്ചത്. കൂടുതൽ പ്രസവിക്കുന്ന സ്ത്രീകളോടാണ് അള്ളാഹുവിനു പ്രിയം എന്നാണ് ഉമ്മയുടെ പക്ഷം. ഞാൻ ജനിക്കുംമുമ്പേ എന്റെ രണ്ടു സഹോദരിമാരുടെയും വിവാഹം കഴിഞ്ഞിരുന്നു. അവർക്കു കുട്ടികളുമുണ്ടായിരുന്നു. ഏറ്റവും ഇളയതായതുകൊണ്ടാകാം വീട്ടിലെ ഓമനയായിരുന്നു ഞാൻ. സഹോദരന്മാർക്കു ശാസിക്കാനും ലാളിക്കാനും എന്നെയേ കിട്ടിയിരുന്നുള്ളൂ. അഞ്ച് ആൺകുട്ടികളെ പ്രസവിച്ചതിനുശേഷമാണ് ഉമ്മ എന്നെ പ്രസവിച്ചത്. അതും വീട്ടിൽ

എനിക്കു കാര്യമായ സ്ഥാനം നേടിത്തന്നു. വാശിപിടിച്ചും കരഞ്ഞും കാര്യങ്ങൾ സാധിക്കുക ചെറുപ്പംമുതലേ എന്റെ പതിവായിരുന്നു. ആങ്ങളമാർ ലാളിച്ചു വഷളാക്കി എന്നൊരു പരാതി കല്യാണം കഴിഞ്ഞപ്പോൾ ഭർത്താവിനുമുണ്ടായിരുന്നു.

വക്കീലാകണമെന്നു മോഹിച്ചിരുന്നെങ്കിലും സാഹിത്യകാരിയാകണമെന്ന് ഞാൻ സ്വപ്നം കണ്ടതുപോലുമില്ല. സാഹിത്യകാരന്മാരോട് കടുത്ത ആരാധന കുട്ടിക്കാലം മുതലേ ഉണ്ടായിരുന്നു. കൈയിൽ കിട്ടിയതെന്തും ആർത്തിയോടെ വായിച്ചുതള്ളും. സഹോദരന്മാർ സാഹിത്യതൽപ്പരരായതിനാൽ വീട്ടിൽ പുസ്തകങ്ങൾക്കും പത്രമാസികകൾക്കും പഞ്ഞമില്ലായിരുന്നു. എന്റെ സഹോദരൻ കാർട്ടൂണിസ്റ്റ് ബി എം ഗഫൂർ അക്കാലത്ത് ഒരുപാട് വായിക്കുമായിരുന്നു. എനിക്ക് പുസ്തകങ്ങൾ തെരഞ്ഞെടുത്തു തരുന്നതും അദ്ദേഹം തന്നെ. മൂപ്പർ അക്കാലത്ത് മദിരാശിയിൽ ചിത്രരചന പഠിക്കുകയായിരുന്നു. നാട്ടിലെത്തിയാൽ മൂപ്പരുടെ മോഡലാണ് ഞാൻ. മണിക്കൂറുകളോളം എന്നെ പിടിച്ചിരുത്തി പലരൂപത്തിലുള്ള ചിത്രങ്ങൾ വരയ്ക്കാറുണ്ട്. ഞാനും അത്യാവശ്യം വരയ്ക്കുമായിരുന്നു. അതുപക്ഷേ, ഇക്കാക്കാ പ്രോത്സാഹിപ്പിച്ചിരുന്നില്ല. എന്നെ കല്യാണം കഴിക്കുന്നയാൾക്ക് കലയിൽ താൽപ്പര്യമില്ലെങ്കിലോ? വളരെ സെൻസിറ്റീവായിരുന്നു ഞാൻ. അത് ഇക്കാക്കയ്ക്കും അറിയാം. അതുകൊണ്ടുതന്നെ മറ്റു സഹോദരന്മാർ പണവും പ്രതാപവുമുള്ള വരന്മാരെ അന്വേഷിച്ചു പരക്കം പാഞ്ഞപ്പോൾ പഠിപ്പും വിവരവും കലയിലും സാഹിത്യത്തിലും താൽപ്പര്യമുള്ള ഒരാളെ അന്വേഷിച്ചുനടന്നു മൂപ്പർ. അങ്ങനെയാണ് വടക്കേ മലബാറുകാരിയായ ഞാൻ കേരളത്തിന്റെ തെക്കേ അറ്റമായ തിരുവനന്തപുരത്ത് എത്തിയത്.

വിവാഹം എന്നെ സംബന്ധിച്ച് ഒരു പറിച്ചുനടീൽതന്നെ ആയിരുന്നു. അതുവരെ കഴിഞ്ഞതിൽനിന്നും വളരെ വ്യത്യസ്തമായ ഒരു ചുറ്റുപാടിൽ ചെന്നെത്തിയപ്പോൾ ഞാനാകെ അന്തംവിട്ടു. അതുവരെ എന്തിനും ഏതിനും ശല്യപ്പെടുത്താൻ ഉമ്മയുണ്ടായിരുന്നു. വഴക്കുകൂടാനും ലാളിക്കാനും ആങ്ങളമാരുമുണ്ടായിരുന്നു. ഇവിടെയാകട്ടെ എല്ലാവരുമുണ്ട്. പക്ഷേ, അവരുടെ രീതി വേറെ. ആചാരാനുഷ്ഠാനങ്ങൾ, ഭാഷ, വേഷം ഒക്കെ എനിക്ക് അപരിചിതം. ഭക്ഷണംപോലും വ്യത്യസ്തം. എനിക്കു ചേർന്ന ഒരാളുടെ കൈയിലേൽപ്പിച്ച ആശ്വാസത്തോടെ എന്റെ സഹോദരന്മാരും ബന്ധുക്കളും യാത്രപറയുമ്പോൾ ഗൃഹാതുരത്വം എന്നെ വിഴുങ്ങുകയായിരുന്നു. കൂട്ടിലടച്ച കിളിയെപ്പോലെ ശ്വാസംമുട്ടുകയായിരുന്നു ഞാൻ. ഈ ശ്വാസംമുട്ടലാണ് എന്നെ എഴുത്തുകാരിയാക്കിയത്. എന്റെ ആധിയും വ്യഥയും എന്റെ ഉള്ളിലെവിടെയോ അണയാതെ കിടന്നിരുന്ന തീപ്പൊരി ആളിക്കത്തിച്ചപ്പോഴായിരിക്കാം ഞാൻ എഴുത്തുകാരി ആയത്.

തിരുവനന്തപുരത്തു ചെന്നപ്പോൾ ഭാഷ എന്നെ കുറച്ചൊന്നുമല്ല കുഴക്കിയത്. ഞാൻ മിണ്ടിയാൽ ഭർത്താവിന്റെ വീട്ടിൽ കൂട്ടച്ചിരി.

പൊതുവേ മിണ്ടാപ്രാണിയായ ഞാൻ അതോടെ കൂടുതൽ മൗനിയായി. ആൾക്കൂട്ടത്തിൽ ഒറ്റപ്പെട്ടതുപോലെ. അതോടെ ഭർത്താവിന്റെ വായനാമുറിയായി എന്റെ അഭയകേന്ദ്രം. നാലഞ്ചലമാരികൾ നിറയെ പുസ്തകങ്ങൾ കണ്ടപ്പോൾ ഞാനെന്റെ വേദനമറന്നു. എസ് കെ പൊറ്റെക്കാട്, തകഴി, ദേവ്, ബഷീർ, ഉറൂബ്, പൊൻകുന്നം വർക്കി, എം ടി, മാധവിക്കുട്ടി, മുകുന്ദൻ തുടങ്ങിയ എഴുത്തുകാരെമാത്രമേ അതുവരെ എനിക്കു പരിചയമുണ്ടായിരുന്നുള്ളൂ. ഇംഗ്ലീഷ് ക്രൈം നോവലുകളും *മിൽസ് ആൻഡ് ബൂണു*മൊക്കെ കോളേജിൽ പഠിക്കുമ്പോൾ വായിച്ചു തള്ളിയിരുന്നു. ക്ലാസിക്കുകളുമായി പരിചയപ്പെട്ടത് തിരുവനന്തപുരത്തു ചെന്നപ്പോഴാണ്. എന്നെ സംബന്ധിച്ചിടത്തോളം ആ അലമാരകൾ പുറംലോകത്തേക്കുള്ള വാതിലുകളായിരുന്നു. *യുദ്ധവും സമാധാനവും, കുറ്റവും ശിക്ഷയും, കാരമസോവ് സഹോദരന്മാർ, വിശപ്പ്, നല്ലഭൂമി, ബുഡൻബ്രൂക്ക്സ്, ഇഡിയറ്റ്*–ലോകക്ലാസിക്കുകൾ. ബംഗാളി, ഹിന്ദി പരിഭാഷകൾ. ടാഗോറിന്റെ കൃതികൾ. എല്ലാം ആർത്തിയോടെ വായിച്ചു.

ഇടതടവില്ലാതെ വായിക്കുമ്പോഴും എഴുത്തുകാരിയാകണമെന്ന് ആശിച്ചതുപോലുമില്ല. ഓരോ പുസ്തകം വായിച്ചു കഴിയുമ്പോഴും അതിലെ കഥാപാത്രങ്ങൾ എന്റെ അടുത്ത ബന്ധുക്കളാവും. അവരുടെ ഏകദേശരൂപം അപ്പോഴേക്കും എന്റെ മനസിലുണ്ടാവും. ഇന്നനോവലിലെ ഇന്നകഥാപാത്രം ഇന്നപോലെ ആയെങ്കിൽ എന്നു സങ്കൽപ്പിച്ചുനോക്കുകയും പതിവായിരുന്നു. മൂത്തമകനെ പ്രസവിച്ചതോടെ വായിക്കാനുള്ള താൽപ്പര്യം കുറഞ്ഞു. മാതൃത്വം എന്നെ കുറച്ചൊന്നുമല്ല സന്തോഷിപ്പിച്ചത്. അവനെ വളർത്തുന്നതിൽ മാത്രമായി ശ്രദ്ധ. മക്കൾ രണ്ടുപേരും മുതിർന്നതോടെയാണ് വീണ്ടും വായിക്കാൻ തുടങ്ങിയത്. മക്കൾ പത്താം ക്ലാസു കഴിഞ്ഞു കോളേജിൽ ചേർന്നതോടെ ഞാൻ വീണ്ടും ഒറ്റപ്പെട്ടതുപോലെ. അതുവരെ എന്തിനും ഏതിനും ഉമ്മയെ ആശ്രയിച്ചിരുന്ന അവർ കോളേജിൽ കയറിയപ്പോൾ ഉമ്മയെ മറന്നതുപോലെയായി. ഒരു പുതുലോകം തുറന്നുകിട്ടിയപ്പോൾ അവർ അതിൽ മുഴുകി. അതോടെ എനിക്കും എന്റേതായ ഒരു ലോകം പണിയേണ്ടി വന്നു. എനിക്കും ചുറ്റും ഒരു വൃത്തം വരച്ച് അതിൽ ഒതുങ്ങിക്കൂടാനായി പിന്നീട് എന്റെ ശ്രമം. എന്റെ വിഹ്വലതകളും വിഭ്രമങ്ങളും സന്തോഷവും ദുഃഖവും എനിക്കാരോടെങ്കിലും പറയേണ്ടിയിരിക്കുന്നു. മിണ്ടാപ്പൂതമായ എനിക്ക് സുഹൃത്തുക്കളില്ല. അന്യരോടു സംസാരിക്കുന്ന പതിവുമില്ല. എനിക്കു പറയാനുള്ളതു പറഞ്ഞില്ലെങ്കിൽ എന്റെ മാനസികനില തെറ്റുമോ എന്നു ഞാൻ ഭയന്നു. എനിക്കു പറയാനുള്ളത് ഞാൻ കടലാസിൽ പകർത്തി ഒളിച്ചുവച്ചു. അത് സാഹിത്യമാണെന്നോ അച്ചടിക്കാൻ കൊള്ളാവുന്നതാണെന്നോ കരുതിയില്ല. ഭർത്താവ് അത് കണ്ടെടുത്ത് വായിച്ച് എന്റെ സഹോദരൻ കാർട്ടൂണിസ്റ്റ് ബി എം ഗഫൂറിനെ കാണിച്ചു. അവർ രണ്ടുപേരും ഏറെ പണിപ്പെട്ടാണ് ഞാനെഴുതിയത് സാഹിത്യമാണെന്ന് എന്നെ ബോധ്യപ്പെടുത്തിയത്.

എങ്ങനെ എഴുതണമെന്ന് എന്നെ ആരും പഠിപ്പിച്ചിട്ടില്ല. വായിച്ചു പഠിച്ചിട്ടുമില്ല. എങ്ങനെ പലഹാരങ്ങളുണ്ടാക്കാം അല്ലെങ്കിൽ ചായയുണ്ടാക്കാം എന്നൊക്കെ പഠിപ്പിക്കുന്നതുപോലെ എങ്ങനെ കഥയെഴുതാം എന്നു പഠിപ്പിക്കാനാവുമോ? എങ്കിൽ ഇംഗ്ലീഷ്, മലയാളം സാഹിത്യം കോളേജിൽ ഐഛികവിഷയമായി എടുക്കുന്നവരൊക്കെ സാഹിത്യകാരികളും സാഹിത്യകാരന്മാരും എഴുത്തുകാരുമാകാത്തതെന്ത്? കോളേജിൽ എന്റെ ഉപഭാഷ ഹിന്ദിയായിരുന്നു. എന്നിട്ടും ഞാൻ മലയാളത്തിൽ എഴുതിത്തുടങ്ങി. എഴുത്തിന്റെ സാങ്കേതികരീതികളെക്കുറിച്ചോ രചനാസങ്കേതങ്ങളെക്കുറിച്ചോ പറയാൻ എനിക്കറിയില്ല.

എന്തിനെഴുതുന്നു എന്ന ചോദ്യത്തിന് എനിക്ക് ഉത്തരമില്ല. അടുത്ത ചോദ്യം എങ്ങനെ എഴുതുന്നു എന്നാണ്. മുദ്രവെച്ചടച്ചിരുന്ന എന്റെ മനസിന്റെ മൂടിതുറന്നപ്പോൾ എന്റെ ആദ്യത്തെ നോവലുണ്ടായി. അത് ജനം സ്വീകരിച്ചപ്പോൾ എനിക്ക് ആത്മവിശ്വാസമുണ്ടായി. എഴുതണമെന്ന മോഹം ഏറുകയും ചെയ്തു. അതെ. എഴുത്ത് എനിക്കു പുറംലോകത്തേക്കുള്ള വാതിൽ തുറന്നുതരുന്നു. കുട്ടിക്കാലത്ത് ഞാൻ കേട്ടുമറന്ന കഥകൾ എഴുതാൻ തുടങ്ങിയപ്പോൾ ഞാൻ കാണാൻ തുടങ്ങി. മരിച്ചു മൺമറഞ്ഞുപോയ ഉഗ്രപ്രതാപികളായ എന്റെ പൂർവികരെ അപ്പോൾ എനിക്കു കാണാം. അറിയാം. എന്റെ നാട്ടുകാരും വീട്ടുകാരും വീട്ടിലെ ആശ്രിതരും എന്റെ കഥാപാത്രങ്ങളായി. അവരോടു സല്ലപിക്കുമ്പോൾ അവർക്കു പുതിയരൂപവും ഭാവവും നൽകുമ്പോൾ ഞാൻ സ്വയംമറന്നു. വിചാരിക്കാതെയാണ് ഓരോരുത്തർ മനസിലെത്തുന്നത്. അതോടെ പാത്രസൃഷ്ടി എളുപ്പമായി. ഒരു ഇമേജ് മുന്നിലുണ്ടെങ്കിൽ കഥ എളുപ്പം നീങ്ങും. പലരിൽനിന്നെടുത്ത പല സ്വഭാവങ്ങൾ ചേർത്താണ് ചിലപ്പോൾ ഒരു കഥാപാത്രത്തെ സൃഷ്ടിക്കുന്നത്. എന്റെ പല പല അംശങ്ങൾ പലരിലായി കണ്ടേക്കാം. എന്നെ മൊത്തമായി ചിലപ്പോൾ ഒന്നിലും കണ്ടെന്നുവരില്ല. എനിക്കു പരിചയമുള്ള ഒരാളേയും ഞാൻ അതേപടി പകർത്താറില്ല. അവർക്ക് എന്റെ ഭാവനയ്ക്കനുസരിച്ചു മാറ്റങ്ങൾ വരുത്തും. അതിനിടയിൽ വില്ലൻ ചിലപ്പോൾ നായകനാവും, നായകൻ വില്ലനും.

കടലാസിൽ പകർത്തുംമുമ്പേ ഒരേകദേശധാരണ മനസിലുണ്ടായിരിക്കും. തുടക്കവും ഒടുക്കവും ഒത്തുകിട്ടിയാലേ എഴുതാനിരിക്കാറുള്ളു. എഴുതിത്തുടങ്ങുമ്പോൾ ഒടുക്കം ചിലപ്പോൾ തുടക്കമാകും. തിരിച്ചും സംഭവിക്കാറുണ്ട്. പണ്ടെപ്പോഴോ ഉണ്ടായ ഒരു തിക്താനുഭവം, അല്ലെങ്കിൽ എന്നെ ഏറെ സന്തോഷിപ്പിച്ച ഒരു സംഭവം എഴുതാനിരിക്കുമ്പോൾ ഞാനറിയാതെ മനസിലെത്തുന്നു. പണ്ടെന്നോ കണ്ടുമറന്ന ഒരു കഥാപാത്രം പെട്ടെന്നായിരിക്കും എന്നെ വിളിച്ചുണർത്തുക. ടി വി സ്ക്രീനിലെന്നപോലെ ആ സംഭവങ്ങളും കഥാപാത്രങ്ങളും കൺമുന്നിലെത്തി എന്നെ വല്ലാതെ ശല്യം ചെയ്യുമ്പോഴാണ് പലപ്പോഴും ഞാൻ എഴുതാനിരിക്കുന്നത്. അങ്ങനെയല്ലാതെ വല്ലവരുടേയും നിർബന്ധത്തിനു വഴങ്ങി എനിക്ക് ഒരിക്കലും എഴുതാൻ സാധിച്ചിട്ടില്ല.

ആദ്യമായി കഥാപാത്രങ്ങൾക്കിണങ്ങുന്ന അന്തരീക്ഷം സൃഷ്ടിക്കുന്നു. അതോടെ അവർക്കു കഴിയേണ്ട വീടും നാടും മനസിൽ തെളിയുന്നു. അവർ ജീവിക്കുന്ന വീടിന്റെ ഓരോ മുക്കും മൂലയും അപ്പോൾ എന്റെ മുന്നിൽ നിരക്കുന്നു. പ്രധാന കഥാപാത്രങ്ങളോടൊപ്പം ഞാനും ആ കാലഘട്ടത്തിൽ ജീവിക്കുന്നു. അടുത്ത രംഗങ്ങൾ സിനിമയിലെന്ന പോലെ എനിക്കു മുന്നിൽ കാണാം. അതോടെ മനസ്സ് സ്വസ്ഥമാകുന്നു. എഴുത്ത് എളുപ്പമാകുന്നു. വെട്ടലും തിരുത്തലുമൊക്കെ പകർത്തി എഴുതുമ്പോഴേ നടത്താറുള്ളൂ. ഓരോതവണ പകർത്തുമ്പോഴും കൃതി മാറുന്നു. അറിഞ്ഞുകൊണ്ടല്ല മാറ്റങ്ങൾ വരുന്നത്. ഞാനറിയാതെ വരുന്ന മാറ്റങ്ങളാണ് കൂടുതലും. സാഹിത്യാചാര്യനായ വൈക്കം മുഹമ്മദ് ബഷീറിന്റെ ഉപദേശം അപ്പോഴെല്ലാം ഞാൻ ഓർക്കാറുണ്ട്. അദ്ദേഹത്തിനെ എനിക്കു കുട്ടിക്കാലം മുതൽ അറിയാം. അതുകൊണ്ടുതന്നെ എന്നോട് അദ്ദേഹത്തിന് വാത്സല്യമായിരുന്നു. "എഴുതിയത് ഒരിക്കലും ഉടനെ പ്രസിൽ കൊടുക്കരുത്, എഴുതിക്കഴിയുമ്പോൾ അതുമറക്കുക. പിന്നീടെപ്പോഴെങ്കിലും അതു വായിച്ചു തിരുത്തുക, പലതവണ. മനസിനു തൃപ്തി തോന്നുമ്പോൾ മാത്രം പ്രസിദ്ധീകരണത്തിനയയ്ക്കുക." ഈ ഉപദേശം ഞാൻ കർശനമായി പാലിക്കാറുണ്ട്. എന്റെ ഓരോ കൃതിയും ഞാൻ പലതവണ പകർത്താറുണ്ട്.

ഏതെങ്കിലും ഒരു ലക്ഷ്യം നേടാൻവേണ്ടി അല്ലെങ്കിൽ പ്രചരിപ്പിക്കാൻവേണ്ടി ഒരു നോവലോ കഥയോ എഴുതാൻ ഞാനിതുവരെ ശ്രമിച്ചിട്ടില്ല. നാട്ടിൽ നടക്കുന്ന അനീതിക്കെതിരെ പ്രതികരിക്കാൻവേണ്ടി സാഹിത്യസൃഷ്ടി നടത്തുന്നതിനോടും എനിക്കു യോജിപ്പില്ല. സന്മാർഗ പ്രചരണം പുരോഹിതന്മാർക്കു വിട്ടുകൊടുക്കുക. എഴുതുന്നത് ചുറ്റും ജീവിക്കുന്ന സാധാരണ മനുഷ്യരുടെ കഥയാണ്. അതുകൊണ്ടുതന്നെ അവർ ആവശ്യത്തിനു സംസാരിച്ചാൽ മതി. അവരെക്കൊണ്ട് കടിച്ചാൽ പൊട്ടാത്ത ഭാഷയിൽ പ്രസംഗിപ്പിക്കേണ്ട. എഴുത്തുകാരന്റെ തത്വചിന്തകളും മറ്റാശയങ്ങളും അവരെക്കൊണ്ട് വിളിച്ചു പറയിക്കുകയും വേണ്ട. കഥാപാത്രങ്ങളുടെ വേദനകൾ വാക്കുകളിൽക്കൂടി അല്ലാതെതന്നെ വായനക്കാരെ അനുഭവിപ്പിക്കേണ്ട ചുമതല എഴുതുന്നയാൾക്കുണ്ട്. പറയാനുള്ളത് വളച്ചുകെട്ടില്ലാതെ മനുഷ്യർക്കു മനസിലാകുന്ന രീതിയിൽ മനുഷ്യർ പറയുന്ന ഭാഷയിൽ എഴുതിയാലും സാഹിത്യമാകും.

നോവലിനെക്കാൾ പ്രയാസമുള്ളതാണ് ചെറുകഥയുടെ ശിൽപ്പവിദ്യ. നോവലാകുമ്പോൾ പറയാനുള്ളത് നീട്ടിപ്പരത്തി പറയാം. ഒരു വാക്കോ ഒരു വാചകമോ ഒരു ഖണ്ഡികയോ അധികമായാൽ ചെറുകഥ ചിലപ്പോൾ വികൃതമാകും. നോവലിനാകട്ടെ ഇതൊന്നും വലിയ മാറ്റങ്ങൾ വരുത്തിയെന്നു വരില്ല. ഉള്ളിൽത്തട്ടുന്ന ഒരു ചിത്രം വരയ്ക്കാൻ കഥയിലൂടെ കഴിയണം. ഒരു ചലനം, ഒരു വികാരം, ഒരു ഭാവം, ഒക്കെ കഥയ്ക്ക് പ്രധാനമാണ്. എഴുത്തുകാരന്റെ ഹൃദയവികാരം വായനക്കാരന് അനുഭവിക്കുവാൻ സാധിച്ചാൽ കഥ നല്ല കഥയാകുന്നു.

കാലത്തിന്റെ മാറ്റങ്ങളനുസരിച്ച് രചനാരീതിയിലും മാറ്റങ്ങൾ വരിക സാധാരണം. പഴയ തലമുറയായാലും പുതിയ തലമുറയായാലും സർഗാത്മക പ്രവർത്തനത്തിന്റെ അതതു കാലഘട്ടങ്ങളെയാണ് പ്രതിനിധാനം ചെയ്യുന്നത്. ആധുനികമനുഷ്യർ ഭീതിയുടെ നിഴലിലാണ്. അവരുടെ സ്ഥായിയായ വികാരം അസംതൃപ്തിയാണ്. സാഹചര്യം മനുഷ്യനെ ഭീരുവും നിരാശനും അസ്വതന്ത്രനുമാക്കിത്തീർക്കുന്നു. മധുരിക്കുന്നതൊന്നും ജീവിതത്തിലില്ല. അത് എഴുത്തിലും പ്രതിഫലിക്കുന്നു. കഥ, കവിത, നോവൽ എന്നിവയുടെ രചനാസങ്കേതങ്ങൾ നിത്യേനയെന്നോണം മാറിക്കൊണ്ടിരിക്കുകയാണ്. പത്തൊമ്പതാം നൂറ്റാണ്ടിന്റെ രചനാസങ്കേതങ്ങളാവില്ല ഇരുപതാം നൂറ്റാണ്ടിലെ കൃതികളിൽ കാണുന്നത്. രണ്ടു മഹാലോകയുദ്ധങ്ങളിലുണ്ടായ കെടുതികൾ അക്കാലത്തെഴുതിയ കൃതികളിൽ നമുക്കു കാണാം. യുദ്ധം അവസാനിച്ചപ്പോൾ മനുഷ്യരുടെ സ്വപ്നങ്ങളും പൊലിഞ്ഞു. മനുഷ്യരുടെ നിസ്സഹായതയും കൂട്ടമരണവും അതേത്തുടർന്നുണ്ടായ പട്ടിണിയും ദാരിദ്ര്യവും അന്നത്തെ എഴുത്തുകാരുടെ ഹൃദയങ്ങളിൽ ചോരയൊഴുക്കി. അതോടെ എഴുത്തിന്റെ ശൈലി തന്നെ മാറി. യുദ്ധക്കെടുതിയുടെ നടുവിൽ നിന്നുകൊണ്ട് നനുത്ത വികാരങ്ങളും സെന്റിമെന്റലിസവും അവതരിപ്പിക്കാൻ അവർക്കാവുമായിരുന്നില്ല. അപ്പോൾ പരുക്കന്മാരും കരുത്തന്മാരുമായ കഥാപാത്രങ്ങളുമുണ്ടായി.

പ്രമേയങ്ങൾ മാറി. ക്ലാസിക്കുകളുമായി താരതമ്യപ്പെടുത്തുമ്പോൾ പിന്നീടുണ്ടായ കൃതികളുടെ രചനാസങ്കേതം വളരെ വ്യത്യസ്തമായിരുന്നു. മൂല്യത്തകർച്ച എഴുത്തിലും പ്രതിഫലിച്ചു. മൂല്യബോധം നശിച്ച ജനതയെക്കുറിച്ചും അവരുടെ തകർച്ചയെക്കുറിച്ചും എഴുതാനായി ചിലരുടെ ശ്രമം. മറ്റു ചിലരാകട്ടെ താളംതെറ്റിയ ലോകത്തിലെ കോലാഹലങ്ങൾക്കിടയിൽ ഏകാന്തതയുടെ തുരുത്തുകൾ കണ്ടെത്തുവാനുള്ള ശ്രമത്തിലായിരുന്നു.

അനുഭവമാണ് എഴുത്തുകാരന്റെ കരുത്ത്. സ്വാനുഭവങ്ങളും പരാനുഭവങ്ങളും ഭാവനയുടെ നിറംചേർത്ത് പകർത്തുമ്പോൾ സാഹിത്യമാവുന്നു. ഇതാണ് എഴുത്തിനെക്കുറിച്ച് എന്റെ ഫോർമുല. എനിക്കറിയാവുന്നത് എന്റെ രീതിയിൽ, ഭാഷയിൽ ഞാനെഴുതുന്നു. എഴുതുമ്പോൾ എന്റെമുമ്പിൽ പത്രക്കാരോ പ്രസാധകരോ ഇല്ല. ഞാനും എന്റെ കഥാപാത്രങ്ങളും അവർ ജീവിക്കുന്ന ചുറ്റുപാടുകളും മാത്രമേ എന്റെ മുന്നിലുള്ളൂ. അവ പലതവണ മാറ്റിയെഴുതിയതും തിരുത്തിക്കുറിച്ചും പ്രസിദ്ധീകരണത്തിനയയ്ക്കുന്നു. അതോടെ ആ കഥ ഞാൻ മറക്കുന്നു. അടുത്ത കഥയ്ക്കുവേണ്ടി ഉഴറുന്നു. എന്റെ ഇഷ്ടത്തിനൊത്ത് കഥയും കഥാപാത്രങ്ങളും രൂപംകൊള്ളുമ്പോൾ ഞാൻ സ്വതന്ത്രയായതുപോലെ എനിക്കുതോന്നുന്നു. വായനക്കാർ എന്റെ കൃതിയെ പുകഴ്ത്തുമ്പോൾ മനസുനിറയുന്നു. അവർ ചൂണ്ടിക്കാണിക്കുന്ന തെറ്റുകൾ തിരുത്താൻ ശ്രമിക്കുന്നു. എഴുത്തില്ലെങ്കിൽ ജീവിതമില്ല എന്ന തോന്നൽ

കാലം കഴിയുംതോറും എന്നിൽ ശക്തമാവുന്നു. എഴുത്ത് എനിക്കു ജീവിക്കാനുള്ള കരുത്തുനൽകുന്നു. നോക്കെത്താ ദൂരത്തോളം ഇരുട്ടുമാത്രമേ കാണാനുണ്ടായിരുന്നുള്ളൂ. നന്മയുടെ നേരിയൊരു പ്രകാശകിരണം പോലും എങ്ങും കാണാതാവുമ്പോൾ ഞാനെന്റെ ഉള്ളിലേക്കിറങ്ങിച്ചെല്ലുന്നു. തപ്പിത്തടഞ്ഞും ഉരുണ്ടുപിടഞ്ഞും മുന്നോട്ടു നീങ്ങുമ്പോൾ അങ്ങകലെ കാണുന്ന നേരിയ മിന്നൽവെളിച്ചം എനിക്ക് ആശ്വാസമാകുന്നു. ആ മിന്നൽവെളിച്ചമാണ് എന്നെ സംബന്ധിച്ചിടത്തോളം എഴുത്ത്. മൺമറഞ്ഞുപോയവരും ജീവിച്ചിരിക്കുന്നവരുമായ അനേകായിരം സ്ത്രീകളുടെ വിഹ്വലമുഖങ്ങൾ അപ്പോൾ എനിക്കു കാണാം. ഞങ്ങളുടെ ദുരിതങ്ങളും വിഹ്വലതകളും എന്തുകൊണ്ട് ലോകത്തെ അറിയിക്കുന്നില്ല എന്ന അവരുടെ ചോദ്യത്തിന് ഉത്തരം പറയാൻ വേണ്ടിയാണ് ഞാൻ എഴുതുന്നത്. അവരനുഭവിച്ച ദുഃഖത്തിന്റെ നൂറിലൊരംശംപോലും എഴുതി പ്രതിഫലിപ്പിക്കാൻ കഴിയുന്നില്ല എന്നോർക്കുമ്പോൾ മനസിൽ വീണ്ടും ഇരുട്ടുപരക്കുന്നു.

കോഴിക്കോട് **ബി എം സുഹറ**

25-06-2005

ചോയിച്ചി

കുട്ടിക്കാലത്തെ എന്റെ ഹീറോയിൻ ആയിരുന്നു ചോയിച്ചി. വീട്ടിൽ മുറ്റമടിക്കാനും ഓലമെടയാനും മറ്റു പുറംപണികൾക്കും വരുന്ന സ്ത്രീ. മുട്ടോളമെത്തുന്ന ഒറ്റത്തോർത്തുമുണ്ടാണ് വേഷം. മാറത്തൊരു തോർത്തുപോലുമില്ല. ചോയിച്ചിയെ കാണുമ്പോൾ എനിക്കു നാണം. ഞാൻ ചോദിക്കും:

"ചോയിച്ചി എന്താ കുപ്പായമിടാത്തത്?"

"ഊയ്യ്യെന്റെ ഉമ്മേറ്റ്യാറേ കുപ്പായമിട്ടാ ഇങ്ങളെ മാതിരി ഉമ്മച്ചി ആയിപ്പോകൂലേ?"

"ഉമ്മച്ചീന്ന് പറഞ്ഞാ ആരാ?"

"ഉമ്മേറ്റ്യാറെ ജാതിക്കാരാ ഉമ്മച്ച്യേള്."

"അപ്പം ഇസ്ലാമീങ്ങള് മാത്രേ കുപ്പായമിടു."

"ആ. ഞാള് ഇന്തുക്കള് റൗക്കയിടും."

"എന്നിട്ട് ചോയിച്ചി എന്താ ഇടാഞ്ഞത്?"

"അതു പിന്നെ ഞാളെ കാലത്ത് ആരും റൗക്കയിട്ടിക്കില്ല. ഇഞ്ഞി ഈ ബയസുകാലത്ത് അതൊന്നും മാണ്ട."

"അപ്പം പൊറത്തുപോകുമ്പം ചോയിച്ചിക്ക് കൊറവാകൂലേ? പൊരേന്നും കൂടി കുപ്പായമിടാണ്ടെ നടക്കാൻ എനക്ക് കൊറവാ."

"കുഞ്ഞിമ്മേറ്റ്യാറ് ആള് ജഗലാണല്ലോ. ആത്ത് ചെന്ന് ബല്യ മ്മേറ്റ്യാറെ പെട്ടീന്ന് ലേശം ബെത്തിലടക്ക കൊണ്ട്ത്തന്നാ ജോറനൊരു പാട്ടു പാടിത്തരാം."

"ഉമ്മാന്റെ പെട്ടീന്നോ, ഉമ്മാമ്മാന്റെ പെട്ടീന്നോ?"

"മറിയക്കുട്ടി ഉമ്മേറ്റ്യാറെ പെട്ടീന്നു മതി. ഓാറെ പെട്ടീലെ പൊയിലക്കാ ഉശിര് ജാസ്തി."

മറിയക്കുട്ടി ഉമ്മേറ്റ്യാർ എന്റെ ഉമ്മയാണ്. ഉമ്മയുടെ പെട്ടിയിൽ മണമുള്ള പുകയിലനുറുക്കും കളിയടയ്ക്കയും വാസനച്ചുണ്ണാമ്പും തളിർവെറ്റിലയുമൊക്കെ കാണും. ഞാൻ ആരാരും കാണാതെ അതു കൈക്കലാക്കി ചോയിച്ചിക്ക് കൊടുക്കും. വെറ്റിലമുറുക്കി ചുണ്ടും ചുവപ്പിച്ച് നീട്ടിത്തുപ്പിയിട്ട് ചോയിച്ചി എനിക്ക് ഈണത്തിൽ വടക്കൻപാട്ടുകൾ പാടിത്തരും. അതു കേൾക്കാൻ എന്തൊരിമ്പമാണെന്നോ! മാറു മറയ്ക്കാറില്ലെങ്കിലും ചോയിച്ചിക്ക് ആരോമലിന്റെയും ഉണ്ണിയാർച്ചയുടെയും ചതിയൻ ചന്തുവിന്റെയും പാട്ടുകളറിയാം. ഒരുപാടൊരുപാട് കഥകളറിയാം. ആ നാട്ടിലെ വിശേഷങ്ങളുമൊക്കെയുമറിയാം. അങ്ങനെയാണ് ചോയിച്ചി എന്റെ വീരനായിക ആയത്.

"ചോയിച്ചി പോകല്ലേ. ഞാനിപ്പം ചെന്ന് വെത്തിലടക്ക കൊണ്ടത്തരാം. ഇന്ന് ഉണ്ണിയാർച്ചാന്റെ പാട്ടുപാടിത്തരണം."

"ചോയിച്ചി തെക്കേ കണ്ടത്തിൽ ഓലമെടയാൻ പോകാ. ഉമ്മേറ്റ്യാറ് അങ്ങോട്ട് ബന്നാളിൻ."

ചോയിച്ചിക്കു മക്കളില്ല. തീയൻ പണ്ടേ മരിച്ചുപോയി. എന്റെ വല്യുപ്പ കെട്ടിക്കൊടുത്ത ഓലപ്പുരയിൽ ഒറ്റയ്ക്കാണ് താമസം. ചോയിച്ചി എന്നും രാവിലെ വീട്ടിലെത്തും. രാവിലെയും ഉച്ചയ്ക്കും അവിടന്നാണ് ഭക്ഷണം. രാത്രിമാത്രമേ ചോയിച്ചിയുടെ വീട്ടിൽ അടുപ്പ് കത്തിക്കൂ. അക്കാലത്ത് ഞാൻ എന്നും ഓതാൻ പോകുന്നത് ചോയിച്ചിയുടെ പടിക്കൽക്കൂടെയാണ്. ഉമ്മയുടെ പരിചയക്കാരി കുഞ്ഞാമിനുമ്മയാണ് എന്നെ ഓത്തു പഠിപ്പിച്ചിരുന്നത്. പെൺകുട്ടി ആയതുകൊണ്ട് മദ്രസയിൽ പോകേണ്ടെന്ന് ഉമ്മ തീരുമാനിച്ചു. ഒറ്റയ്ക്കാണ് എന്റെ പോക്കുവരവ്.

ഓത്തു കഴിഞ്ഞു വരുമ്പോൾ ചോയിച്ചിയുടെ വീട്ടുമുറ്റത്ത് കുറച്ചു നേരം നിൽക്കുക എന്റെ പതിവാണ്. ചിരട്ട കമിഴ്ത്തിയതുപോലുള്ള ആ വീട് എനിക്ക് എന്നും അതിശയമായിരുന്നു. ചോയിച്ചി വീട്ടിലുണ്ടെങ്കിൽ എന്നെ അകത്തു പലകയിട്ടിരുത്തി സൽക്കരിക്കും. വെല്ലമിട്ട് കാച്ചിയ ചായ കുടിക്കാൻ ക്ഷണിക്കും. ഒറ്റമുറിയേ ഉള്ളു വീടിന്. ഒരു ഭാഗത്ത് മുന്നു കല്ലുവെച്ച ഒരടുപ്പും കൂട്ടിയിട്ടുണ്ട്. വെപ്പും കിടപ്പും അവിടെത്തന്നെ. ഒരിക്കൽ ഞാനതിനകത്തിരുന്നു കഥ കേൾക്കുന്നത് ഞങ്ങളുടെ വീട്ടിലെ കാര്യസ്ഥൻ മൊയ്തീൻകാക്ക കണ്ടു. പിന്നത്തെ പുകിലു പറയാനുണ്ടോ? മൊയ്തീൻകാക്ക വീട്ടിലെ പരമാധികാരിയാണ്. ഞങ്ങൾ കുട്ടികൾക്ക് മൂപ്പരെ പേടിയാണ്. വികൃതി കാട്ടിയാൽ മൊയ്തീൻകാക്ക കണ്ണുരുട്ടി പേടിപ്പിക്കും. അതേസമയം കുട്ടികളെ ഇഷ്ടവുമാണ്. ഞാൻ കരയുമ്പോൾ തോട്ടിലിറങ്ങി ആമ്പൽപ്പൂവ് പറിച്ചുതരുന്നത് മൊയ്തീൻകാക്കയാണ്. ചോയിച്ചിയുടെ വീട്ടിലിരുന്ന് കഥ കേൾക്കുന്ന എന്നെ കണ്ട് മൊയ്തീൻകാക്കയുടെ മുഖം ചുവന്നു. ഒച്ച കനത്തു.

"അമ്പടി വമ്പത്തീ, ഓത്തു കയിഞ്ഞിട്ട് പൊരേ പോകാതെ ഈൗന്റാത്ത് കുത്തിരിക്യാ? ആടെ ഇന്നെ കാണാതായിട്ട് ഉമ്മ ബേജാറായി ഒച്ചേം ബിളീം കൂട്ടുന്നു."

“ഊയ്യെന്റെ മൊയ്ത്യാപ്ലേ കുഞ്ഞൻ ഇതാ ഇപ്പളിങ്ങ് കേറിക്കേ ഉള്ളു. ഞാൻ ബിളിച്ചിട്ട് പൊര കാണാൻ കേറീതാ.”

ചോയിച്ചി എന്റെ പക്ഷം പിടിച്ചു.

“ഇഞ്ഞി എങ്ങനാണേ കുഞ്ഞനെ ബിളിച്ച് ഈൗന്റാത്ത് ഇരുത്തല്? പൊരേലെല്ലാരും കുട്ടീനെ കാണാഞ്ഞിട്ട് തെരച്ചില് തൊടങ്ങീന്. ആടെ ച്ചെല്ലുമ്പോ മറിയക്കുട്ടി അമ്മായിന്റെ ബായിലുള്ളത് മുയുമ്മൻ കേട്ടോ.”

“ഓറോട് ഞാൻ പറഞ്ഞോളാം. ഇങ്ങള് കുഞ്ഞനെ പേടിപ്പിക്കല്ലേ.”

ഇന്ന് മൊയ്തീൻകാക്കയും ചോയിച്ചിയുമില്ല. ഞാൻ എട്ടിലോ ഒമ്പതിലോ പഠിക്കുമ്പോഴാണ് ചോയിച്ചി മരിച്ചത്. അന്ന് ഞങ്ങൾ നഗരത്തിലായിരുന്നു താമസം. ഞങ്ങളുടെ പഠനസൗകര്യത്തിനായി ഉമ്മ താമസം പട്ടണത്തിലേക്കു മാറ്റിയിരുന്നു. എല്ലാ അവധിക്കാലങ്ങളിലും ഉമ്മാമ്മയെ കാണാൻ നാട്ടിലെത്തും. അങ്ങനെ ഒരവസരത്തിലാണ് ചോയിച്ചിയുടെ മരണവാർത്ത അറിഞ്ഞത്.

ചോയിച്ചി വൈകുന്നേരം പണികഴിഞ്ഞ് പതിവുപോലെ വീട്ടിലേക്കു പോയതാണ്. അങ്ങാടിയിൽച്ചെന്ന് അരിയും മീനും വാങ്ങിയിട്ടാണ് കുടിലിലെത്തിയത്. കുളി കഴിഞ്ഞ് അടുത്ത വീട്ടിലെ കിണറ്റിൽനിന്ന് ഒരു കുടം വെള്ളവുമായി കുടിലിലേക്ക് കയറുന്നത് കണ്ടവരുണ്ട്. അരി കഴുകി അടുപ്പത്തിട്ട് തീ കത്തിച്ചുകൊണ്ട് മീൻചട്ടിയുമായി അടുപ്പിനരികിലിരുന്നു. അതിനിടയിൽ മയങ്ങിവീണിട്ടുണ്ടാകണം. ആരും അറിഞ്ഞില്ല. ആ കിടപ്പിൽ മരിച്ചു. കാലിലെ വിരലുകൾ അടുപ്പിലെ തീയേറ്റു വെന്തുകരിഞ്ഞിരുന്നു. പിറ്റേദിവസം രാവിലെ എട്ടുമണി കഴിഞ്ഞിട്ടും ചോയിച്ചിയെ കാണാഞ്ഞപ്പോൾ ഉമ്മാമ്മ മൊയ്തീൻകാക്കയെ പറഞ്ഞയച്ചു. മൊയ്തീൻകാക്കയുടെ നിലവിളികേട്ട് നാട്ടുകാർ ഓടിയെത്തി. ചോയിച്ചി മരിച്ച വിവരം അങ്ങനെയാണ് നാട്ടിലറിഞ്ഞത്. ചോയിച്ചിയെ ദഹിപ്പിക്കാനുള്ള ഏർപ്പാടുകൾ ചെയ്യാൻ ഉമ്മാമ്മ മൊയ്തീൻകാക്കയെത്തന്നെ ഏൽപ്പിച്ചു. മൂന്നാം ദിവസത്തെ അടിയന്തിരത്തിനുള്ള ചെലവും ഉമ്മാമ്മതന്നെ കൊടുത്തു. ഉമ്മാമ്മ ഉമ്മയെ ഓരോന്നും വിശദമായി കേൾപ്പിക്കുന്നത് കേട്ട് എന്റെ കണ്ണുനിറഞ്ഞു. തേങ്ങൽ കരച്ചിലായി, കരഞ്ഞുകൊണ്ടുതന്നെ ഞാൻ പറഞ്ഞു:

“എനിക്ക് ചോയിച്ചിന്റെ പൊരേപ്പോണം.”

“ഇനിക്കെന്താ പെരാന്താ? പോത്തുപോലെ ബളന്നിട്ട് ഇള്ളക്കുട്ടീനെപ്പോലെ നെലോളിക്കണത് കണ്ടില്ലേ?”

ഉമ്മ കയർത്തു. ഉമ്മാമ്മയാണ് സഹായിച്ചത്.

“കുട്ടി പേടിച്ചുപോയതാ. അല്ലാണ്ടിങ്ങനെ നെലവിളിക്കൂലാ. നീ തൊള്ളയിടണ്ട. മൊയില്യാരെ വിളിച്ച് ഓളെ ഒന്ന് ഉയിഞ്ഞ് മാറ്റ്.”

ഉമ്മാമ്മയുടെ നിർദേശംകേട്ട് ഉമ്മ തൽക്കാലം അടങ്ങി.

ചോയിച്ചി പാടിത്തന്ന പാട്ടിന്റെ വരികൾ മറന്നെങ്കിലും അതിന്റെ ഈണവും ഇമ്പവും ഇന്നും മനസിലുണ്ട്. ഉണ്ണിയാർച്ചയുടെയും ആരോ

മലിന്റെയും കഥകൾ എത്ര കേട്ടാലും എനിക്ക് മതിവരില്ല. ആരോമലിന്റെ മികവു പാടുമ്പോൾ ചോയിച്ചിയുടെ മുഖം വികസിക്കും.

കാരിരുൾക്കൊത്ത മുടിയഴകേ
പഞ്ചമിച്ചന്ദ്രനൊടൊത്ത നെറ്റി.
കുഞ്ഞിമുഖവും കുറിയ കണ്ണും
തത്തമ്മച്ചുണ്ടും പവിഴപ്പല്ലും
കണ്ണാടിക്കൊത്ത കവിളുരണ്ടും.

ഉണ്ണിയാർച്ചയാണെങ്കിലോ ആണിനെ വെല്ലുന്നവൾ. നേരും നെറിയുമുള്ളവൾ. അന്യായം കണ്ടാൽ വാളെടുക്കുന്നവൾ. പതിനെട്ടടവും പയറ്റിത്തെളിഞ്ഞവൾ. ഏതാണിനോടും പൊരുതാൻ പോന്നവൾ. അല്ലിമലർക്കാവിലെ കൂത്തുകാണാൻ പുറപ്പെട്ട ആർച്ചയെ സമീപിച്ച മാപ്പിളമാരെ അവൾ നേരിട്ട കഥ പറയുമ്പോൾ ചോയിച്ചിയുടെ മുഖത്ത് അഭിമാനം.

അരയും തലയുമുറപ്പിക്കുന്നു
അരയിന്ന് ഉറുമി എടുത്തവളും
നനമുണ്ട് നന്നായി അരയിൽക്കെട്ടി
നേരിട്ടുനിന്നല്ലോ പെങ്കിടാവും.

എന്ന് ഈണത്തിൽ പാടി ഉണ്ണിയാർച്ചയുടെ വേഷവും ആകൃതിയുമൊക്കെ വിവരിച്ചുതരും. ചതിയൻ ചന്തു ആരോമലിനെ ചതിച്ചുകൊന്ന ഭാഗമെത്തുമ്പോൾ ചോയിച്ചി വിതുമ്പും. അരിങ്ങോടരുടെ തല അരിഞ്ഞു വീഴ്ത്തിയ ആരോമൽ ആലസ്യത്തോടെ ചന്തുവിന്റെ മടിയിൽ തലവെച്ചു കിടന്നു.

ഈരുവഴിവാതിൽ അടയ്ക്കുന്നുണ്ട്.
നനമുണ്ടുകൊണ്ടങ്ങു വീശിച്ചന്തു
ആ തക്കം കണ്ടവൻ ചന്തുല്ലാണ്.
കുത്തുവിളക്കിന്റെ തണ്ടെടുത്തു
കച്ചതെരുപ്പിലും നീട്ടുന്നുണ്ട്.

എന്നുപാടി ചോയിച്ചി തേങ്ങുമ്പോൾ എനിക്കും സങ്കടം വന്നുമുട്ടും. ചോയിച്ചിയോടൊപ്പം ഞാനും തേങ്ങിക്കരയും. ചതിയൻ ചന്തുവിനെ ചെറുപ്പം മുതൽ എനിക്കിഷ്ടമല്ല. മാറത്തു മാമ്പുള്ളിച്ചുണങ്ങും കണ്ണാടിക്കൊത്ത കവിളും ആലിലയ്ക്കൊത്ത വയറും ശംഖുകഴുത്തുമൊക്കെയുള്ള ആരോമലിനോടും വീരനായിക ഉണ്ണിയാർച്ചയോടും ഒടുങ്ങാത്ത ആരാധന.

ആയിടയ്ക്കാണ് ഞങ്ങളുടെ നാട്ടിൽ ഓലകെട്ടിയ സിനിമാക്കൊട്ടക വന്നത്. അവിടെ ഉണ്ണിയാർച്ച സിനിമ വന്നപ്പോൾ ചോയിച്ചി പോയി കണ്ടു. പിറ്റേന്നു രാവിലെ എന്നെ കഥ കേൾപ്പിക്കാൻ ചോയിച്ചിക്ക് തിടുക്കമായി. ചോയിച്ചി എത്തിയപ്പോൾ ഞാൻ കിഴക്കേ വരാന്തയിലിരുന്നു പല്ലു തേക്കുകയായിരുന്നു. എന്നെ കണ്ടതും ചോയിച്ചി സന്തോഷത്തോടെ പറഞ്ഞു:

"ഉമ്മേറ്റ്യാറേ ഉമ്പളെ ശങ്കർച്ചാപ്പയിൽ ഉണ്ണിയാർച്ച ബന്നിക്ക്. ഊയെന്റമ്മോ എന്താ ആ മുഖത്തിന്റെ ചേല്! കണ്ണീന്ന് തീ പറക്കുന്നു."

"അത് സിനിമയല്ലേ?"

"ഉയ്യോ, അല്ലോളീ.... ഞാനിന്നലെ കണ്ണോണ്ട കണ്ടല്ലേ. മാപ്പളമാരുമായിട്ട് അങ്കം ബെട്ടുന്നത് കണ്ടാൽ ഇപ്പളത്തെ ആണുങ്ങള് ഞെട്ടിപ്പോകും. എന്താ ഉശിര്. മച്ചുനൻ ചന്തു ചതിച്ച ബിവരം അച്ഛനോടു പറയുമ്പോൾ ആരോമലിന്റെ കണ്ണു നനഞ്ഞു. കണ്ടിറ്റ് എന്റെ ചങ്കു തകർന്നു പോയി."

ചോയിച്ചി മൂക്കു പിഴിഞ്ഞു. തോർത്തുകൊണ്ട് മുഖം തുടച്ചിട്ടും കണ്ണീർ കുടുകുടെ ഒഴുകി. അതോടെ ഞാനും കരഞ്ഞു. എന്റെ കരച്ചിൽ കേട്ടാണ് ഉമ്മാമ്മ എത്തിയത്.

"ഇഞ്ഞി എന്തിനാണേ കുഞ്ഞനെ കരയിക്കുന്നത്?"

ഉമ്മാമ്മയുടെ ഒച്ച കനത്തു.

"ഓറ് ആരോമലിന്റെ കഥകേട്ട് കരഞ്ഞതാ."

"ഇന്റെ ചായിന്റെ കഥ പറയല്, ഈറ്റാലത്തെ കതയൊന്നും പറയരുതെന്ന് നിന്നോട് പറഞ്ഞിട്ടില്ലേ? ഇഞ്ഞി ബാ മോളെ ചായയ്ക്കു കൂട്ടാൻ ഉമ്മാമ്മ ഈത്തപ്പയം തരാം." ഈത്തപ്പഴത്തിന്റെ മധുരത്തിൽ അന്നു ഞാൻ ആരോമലിന്റെ വേദന മറന്നു.

കാലം കടന്നുപോയി. എനിക്കും ഒരുപാടു മാറ്റങ്ങൾ ഉണ്ടായി. മനസും മാറി. കഥ കേട്ടാൽ കരയാൻ തോന്നാറുണ്ടെങ്കിലും കരച്ചിൽ അടക്കാൻ ഞാൻ പഠിച്ചു. എങ്കിലും ചോയിച്ചി പറഞ്ഞുതന്ന കഥകൾ പച്ചപിടിച്ചുതന്നെ മനസിൽ കിടക്കുന്നു.

ഇന്നിവിടെ പെണ്ണിന്റെ മാനം കാക്കാൻപോന്ന ഉണ്ണിയാർച്ചമാരില്ല. പെങ്ങന്മാരെ അപമാനിക്കുന്നവർക്കെതിരെ അങ്കം കുറിക്കുന്ന ആരോമൽച്ചേകവന്മാരുമില്ല. നേരും നെറിയുമില്ലാത്ത, അമ്മയെയും പെങ്ങളെയും തിരിച്ചറിയാത്ത ചതിയന്മാരെക്കൊണ്ട് നിറഞ്ഞിരിക്കയാണ് ഭൂമിമലയാളം. മലയാളിപ്പെണ്ണിന് സ്വയം രക്ഷയ്ക്ക് അടവുകൾ പതിനെട്ടും പഠിക്കേണ്ടിയിരിക്കുന്നു. ഉറുമിയും വാളും കൈയിൽ കരുതേണ്ടിയിരിക്കുന്നു. പഴങ്കഥകൾ പറഞ്ഞുതന്ന് വീര്യമേറ്റാൻ ചോയിച്ചിമാർ ഉണ്ടായിരുന്നെങ്കിൽ!

(1989)

അസ്രായിൽ

ആസ്പത്രിയിലെ ക്ലോക്കിൽ മണി അടിക്കുന്നതു കേട്ടു. എത്രയാണെന്ന് എണ്ണാൻ തോന്നിയില്ല. രണ്ട്, മൂന്ന്, അതോ നാലോ...... ഈ മുറിയിൽ വന്ന അന്നുമുതൽ രാത്രിയിൽ ഉറക്കമില്ല. രാത്രി ഉറങ്ങാൻനേരം സിസ്റ്റർ ഒരു ചെറിയ വെളുത്ത ഗുളികയും അതു വിഴുങ്ങാൻ അൽപ്പം വെള്ളവും തരാറുണ്ട്. ഗുളിക കഴിച്ചാൽ ഒരുതരം മയക്കമാണ്. എന്തൊക്കെയോ ഭീകരസ്വപ്നങ്ങൾ കാണുന്നു. മിക്കവാറും കാണുന്നത് എന്റെ തന്നെ മരണമാണ്. അസ്രായിൽ എന്ന മരണദൂതൻ എന്റെ റൂഹിനെ പിടിക്കാൻ വരുന്നു. ഞാൻ ഓടി രക്ഷപ്പെടാൻ ശ്രമിക്കുന്നു. പിടിച്ചു നിർത്തുമ്പോൾ ഞാൻ ഓരോരോ കാരണങ്ങൾ പറഞ്ഞു തടിതപ്പും. ഒരൽപ്പം മുമ്പും കണ്ടു. ഇനി അവധി തരാൻ ഒന്നുകൊണ്ടും നിവൃത്തിയില്ല എന്നു പറഞ്ഞാണ് പോയിരിക്കുന്നത്. ആരോ വാതിൽ തുറക്കുന്ന ശബ്ദം കേട്ടല്ലോ. അദ്ദേഹം തന്നെ ആയിരിക്കാനാണ് സാധ്യത. കണ്ണ് മുറുകെ അടച്ചു.

കാലൊച്ചകേട്ട് കൺപോള മെല്ലെ തുറന്നപ്പോൾ നിഴൽപോലെ സിസ്റ്റർ റോസമ്മ. രാത്രിയിൽ സിസ്റ്റർമാർ ഇടയ്ക്കിടെ വന്നുനോക്കുക പതിവാണ്. ഞാൻ കണ്ണടച്ച് ഉറക്കം നടിച്ചു കിടന്നു. അല്ലെങ്കിൽ സിസ്റ്റർ വീണ്ടും ഗുളിക തരും. അതു കഴിച്ചാൽ കണ്ണുകളിൽ മയക്കം തിരിച്ചെത്തും. വേണ്ടാത്ത ചിന്തകൾ മനസിൽ നിറയും. ഉറക്കം വരികയുമില്ല. സിസ്റ്റർ ടോർച്ചടിച്ച് ഞാൻ ഉറങ്ങുകയാണെന്ന് ഉറുപ്പുവരുത്തി ശബ്ദമുണ്ടാക്കാതെ തിരിച്ചുപോയി.

ഉറങ്ങിക്കിടക്കുമ്പോൾ ആരോ വന്ന് തട്ടുന്നതുപോലെ തോന്നും. സൗമ്യമായ ശബ്ദം കാതിൽ വന്നു വീഴും. അസ്രായിൽ എന്ന മലക്കാണ് ദൈവകൽപ്പന അനുസരിച്ച് ഈ ലോകത്തുള്ള പരകോടി ജനങ്ങളുടെയും ജീവനെടുക്കുന്നത്. മൂപ്പർക്ക് തിരക്കൊഴിഞ്ഞ നേരമില്ല. പാപം ചെയ്ത

വരെ കഠിനമായി ഉപദ്രവിക്കും. വളരെ കഷ്ടപ്പെട്ടാണ് അവർ മരിക്കുക. നരകക്കാഴ്ചയായിരിക്കും അപ്പോൾ അവരുടെ കണ്ണിൽ. ചുട്ടുപൊള്ളുന്ന വെയിലിൽ ദാഹജലത്തിനു കേഴുന്നവർ. വെന്തുരുകുന്നവർ. നല്ലവരുടെ റൂഹ് ശരീരം വിട്ടുപോകുന്നത് അവർ അറിയുകയേ ഇല്ല. അവരപ്പോൾ കാണുക താഴ്ഭാഗത്തുകൂടി അരുവികളൊഴുകുന്ന സ്വർഗപ്പൂന്തോപ്പായിരിക്കും. അവിടെ അവരെ സ്വീകരിക്കാൻ സുന്ദരിമാരായ ഹൂറികൾ. അവരുടെ കയ്യിലെ തട്ടുകളിൽ മധുരപാനീയങ്ങളും പഴങ്ങളും. എങ്ങും പച്ചപ്പ്. പൂക്കളുടെ സൗരഭ്യം. ചുട്ടുപൊള്ളുന്ന വെയിലില്ല. സുഖകരമായ തണുപ്പ്. ഇതെല്ലാം ചെറുപ്പംമുതൽ പഠിച്ചിട്ടുണ്ട്. മരണസമയത്ത് ഇബ്‌ലീസ് എന്ന പഹയൻ വഴിതെറ്റിക്കുന്നതിൽനിന്ന് രക്ഷിക്കണേ എന്ന് അഞ്ചുനേരവും നിസ്കരിച്ചു കഴിഞ്ഞാൽ തേടണമെന്ന് ഉമ്മ പറഞ്ഞുതന്നിരുന്നു. മിക്കവാറും അതു മറക്കുകയാണ് പതിവ്. മോന് പരീക്ഷയിൽ നല്ല മാർക്കു കിട്ടണേ, ഭർത്താവിനെ കാത്തുരക്ഷിക്കണേ, സാമ്പത്തികബുദ്ധിമുട്ടുകൾ തീർത്തുതരണേ എന്നൊക്കെയാണ് പ്രാർഥിക്കുന്നത്. രോഗം വരുമ്പോൾ മാത്രം മരണചിന്ത മനസിനെ അലട്ടുന്നു. അതുകൊണ്ട് ക്രൂരനായ അസ്രായിലായിരിക്കും എന്നെ കൊണ്ടുപോകാൻ വരിക എന്ന് ഞാൻ ഉറപ്പിച്ചിരുന്നു..... ആ സൗമ്യശബ്ദം മനസ്സ് തണുപ്പിച്ചു. ഒട്ടത്ഭുതവും. എന്നെ തട്ടി ഉണർത്തിയിട്ട് അശരീരിപോലെ ശബ്ദം കാതിൽ വന്നലച്ചു.

"ആയിഷാ, സമയമായി. നീ പലതവണയായി തട്ടാമുട്ട് ന്യായങ്ങൾ പറഞ്ഞ് എന്നെ മടക്കുന്നു. ഇത്തവണ എന്താ നിന്റെ പരാതി?"

"ഈ ആസ്പത്രിക്കട്ടിലിൽ കിടന്ന് എനിക്ക് മരിക്കണ്ട. വീട്ടിൽ പോകണം. എന്റെ മകൻ പത്താംക്ലാസിലാണ്. അവനു പരീക്ഷ അടുത്തു. കണക്കിൽ മോശമാണ്. ഞാനാണവനെ കണക്കു പഠിപ്പിക്കുന്നത്. ഞാനില്ലെങ്കിൽ അവൻ തോറ്റുപോകും. ഞാൻ മരിച്ചാൽ എന്റെ ഭർത്താവും മകനും വല്ലാതെ കഷ്ടപ്പെടും. കുറച്ച് സമയംകൂടി......."

"നിന്നെ നിന്റെ സമ്മതത്തോടെ കൊണ്ടുപോകാനാവുമെന്ന് തോന്നുന്നില്ല. നീ നല്ലവളും പാവവുമായതുകൊണ്ടാണ് ഞാൻ ബലംപ്രയോഗിക്കാത്തത്. നീ മരിച്ചാൽ നിന്റെ ഭർത്താവും മകനും സങ്കടപ്പെടുമെന്നാണോ നീ കരുതുന്നത്?"

"ഞാനില്ലെങ്കിൽ വീട്ടുകാര്യങ്ങൾ ആകെ അവതാളത്തിലാകും. തീർച്ച. ആരാണവർക്ക് ആഹാരമുണ്ടാക്കിക്കൊടുക്കുക? ആരാണവരുടെ തുണികൾ അലക്കി ഇസ്തിരിയിട്ടുകൊടുക്കുക?"

"വെറുതേ വേവലാതിപ്പെടുകയാണ്. നീയില്ലെങ്കിലും അവർ സുഖമായി ജീവിക്കും. നിന്റെ ഭർത്താവ് വീണ്ടും വിവാഹംകഴിക്കും. നിന്റെ മകനു നിന്നെക്കുറിച്ച് ഓർക്കാൻപോലും സമയം കിട്ടിയെന്നുവരില്ല. നീ ഇത്ര പാവമായല്ലോ."

"എനിക്ക് ഒരവധികൂടി തരൂ..... വീട്ടിലെത്തിയിട്ട്......"

പെട്ടെന്ന് വാതിലോ ജനാലയോ ഊക്കോടെ വലിച്ചടയ്ക്കുന്ന ശബ്ദം കേട്ടു.

''ശരി, ഇത്തവണ ഞാൻ മടങ്ങുന്നു. ഇനി എന്നെ വെറുംകൈ യോടെ അയയ്ക്കരുത്.''

ദൂരെനിന്നെന്നോണം ശബ്ദം കാതിൽ വന്നു പതിച്ചു. സൗമ്യത മാറി ഒച്ചയൊന്ന് കനത്തില്ലേ? എന്റെ നെഞ്ചിടിച്ചു. ഞാനാകെ വിയർത്തു. എങ്കിലും തൽക്കാലം രക്ഷപ്പെട്ടതിൽ എന്തെന്നില്ലാത്ത ആശ്വാസം തോന്നി.

സമാധാനത്തോടെ കണ്ണുതുറന്നപ്പോൾ മുറിയിൽ നിറയെ വെളിച്ചം. സിസ്റ്റർ തെർമ്മോമീറ്ററുമായി അരികിൽ നിൽക്കുന്നു.

"പോയി, അല്ലേ?"

"ആരാ ഉമ്മാ?"

"അസ്രായിൽ?"

''യ്യോ..... അതൊരു രാജ്യമല്ലേ? എവിടെപ്പോകാനാ? ഉമ്മ വെളുപ്പാൻകാലത്തേ സ്വപ്നം കണ്ടോ?''

സിസ്റ്റർ തെർമോമീറ്റർ വായിൽവെച്ച് നാഡിപിടിച്ച് നോക്കിക്കൊണ്ട് നിന്നു. തെർമോമീറ്റർ വായിൽനിന്നെടുത്ത് ഞാൻ ചോദിച്ചു:

"സമയമെന്തായി?"

''അഞ്ചു കഴിഞ്ഞു. ഇന്ന് ഞായറാഴ്ച. ഭർത്താവും മകനും കാലത്തേ ഇങ്ങെത്തുമല്ലോ. ഉമ്മ എണീറ്റു റെഡിയാകുന്നില്ലേ?"

ചാർട്ടിൽ ടെമ്പറേച്ചർ കുറിച്ചിടുന്നതിനിടയിൽ അവർ ചോദിച്ചു:

"ങും"

അലസമായി മൂളി.

"എന്താ ഉമ്മാ ഒരുന്മേഷമില്ലാത്തത്? സാധാരണ ഞായറാഴ്ച നേരത്തേ എഴുന്നേൽക്കാറുണ്ടല്ലോ. വേദന അധികമുണ്ടോ?"

മറുപടി ഇല്ലെന്നു കണ്ടപ്പോൾ സിസ്റ്റർ വാതിലടച്ച് അടുത്ത മുറിയിലേക്കുപോയി. ശരിയാണ്. സാധാരണ ഞായറാഴ്ചകൾക്കുവേണ്ടി കാത്തിരിക്കാറുണ്ട്. ഭർത്താവ് അതിരാവിലെ മകനെയും കൂട്ടി എത്തും. അവൻ സ്കൂളിലെ വിശേഷങ്ങൾ ഓരോന്നായി വിവരിക്കും. അതു കഴിയുമ്പോൾ ഞാനവനെ കണക്കു പഠിപ്പിക്കും. ഭർത്താവ് പേപ്പർ വായിച്ചുകൊണ്ട് അടുത്ത കട്ടിലിൽ കിടക്കും. ഇടയ്ക്ക് ഞങ്ങളുടെ സംഭാഷണത്തിൽ പങ്കുചേരും. തമാശ പറയും. ഉച്ചയ്ക്ക് ഞങ്ങൾ ഒന്നിച്ചിരുന്ന് ഊണു കഴിക്കും. നേരം പോകുന്നത് അറിയാറില്ല. പക്ഷേ, ഇന്നെന്തോ വല്ലാത്ത മടുപ്പ് തോന്നുന്നു. വല്ലാത്തൊരുൾഭയവും. അദ്ദേഹത്തിന്റെ വാക്കുകൾ മാത്രമായിരുന്നു കാതിൽ. അദ്ദേഹം എല്ലാം അറിയുന്നവൻ. നേരുമാത്രമേ പറയൂ. ഞാൻ മരിച്ചാലും അവർ സുഖമായി ജീവിക്കും. എന്റെ ശരീരം മണ്ണാകുന്നതിനുമുമ്പ് അവരെന്നെ മറക്കുകയും ചെയ്യും.

പല്ലു തേക്കുമ്പോഴും അംഗശുദ്ധി വരുത്തി നിസ്കരിക്കുമ്പോഴുമൊക്കെ മനസ്സ് പതറുകയായിരുന്നു. കുളിക്കാൻ തോന്നിയില്ല. നൈറ്റ് ഡ്രസ്സ് മാറ്റി സാരി ഉടുത്തു. ജനലരികിലുള്ള കസേരയിൽ ചെന്നിരുന്നു. അപ്പോഴേക്കും കോൺവെന്റിലെ ജോലിക്കാരി ഗ്രേസിക്കുട്ടി ഫ്ളാസ്കിൽ

ചായയുമായി എത്തി. ചായ ഗ്ലാസിൽ ഒഴിച്ച് പതിവുകുശലങ്ങൾക്കുശേഷം അവൾ ഫ്ളാസ്കുമായി തിരിച്ചുപോയി.

കുന്നിൻമുകളിലാണ് ആശുപത്രി. നഗരത്തിൽനിന്ന് ഇരുപതുമൈൽ അകലെ ക്രിസ്ത്യൻ മിഷണറിമാർ നടത്തുന്നതാണ്. എല്ലാറ്റിനും അടുക്കും ചിട്ടയും. മദർ നേരിട്ടുവന്ന് സുഖസൗകര്യങ്ങൾ ഉറപ്പുവരുത്തും. പ്രധാന ഡോക്ടർ ഭർത്താവിന്റെ അടുത്ത സുഹൃത്ത്. അതുകൊണ്ടു തന്നെ ഒന്നിനും വിഷമമില്ല. തൊട്ടടുത്തുള്ള ആശുപത്രി ക്വാർട്ടേഴ്സി ലാണ് ഡോക്ടറുടെ താമസം. വിശേഷിച്ചെന്തെങ്കിലും വീട്ടിലുണ്ടാക്കി യാൽ ഒരുപങ്ക് മറക്കാതെ ഇവിടെ എത്തിക്കും. മിക്ക ദിവസവും വൈകു ന്നേരം ഡോക്ടറുടെ ഭാര്യ കൂട്ടിനെത്തും. ഭർത്താവ് ആദ്യമൊക്കെ നിത്യേന എത്തുമായിരുന്നു. ഞാനാണ് വിലക്കിയത്. ഓപ്പറേഷൻവരെ ഒറ്റയ്ക്ക് നിന്നോളാം. വെറുതേ ബുദ്ധിമുട്ടണ്ട. ഡോക്ടറും അതിനോടു യോജിച്ചു. ഓപ്പറേഷനുള്ള തീയതി ഇനിയും നിശ്ചയിച്ചിട്ടില്ല.

അന്നായിരിക്കുമോ അസ്രായിലിന്റെ അടുത്ത വരവ്? വന്നാൽ തീർച്ച യായും പോകണം. ഇനി മടക്കുന്നത് നെറികേടാണ്. മടക്കാൻ ന്യായവും കാണുന്നില്ല. ജനാലയിൽക്കൂടി തണുത്ത കാറ്റടിച്ചപ്പോൾ ഒട്ടാകെയൊരു വിറയൽ. ഷോളെടുത്ത് പുതച്ചു. ചൂടുള്ള ചായ കുടിച്ചപ്പോൾ ഒരാശ്വാ സം. വാച്ചിൽനോക്കി. മണി ആറായതേ ഉള്ളൂ.

ഇവിടെ വന്നതോടെ സമയം നീങ്ങാറേയില്ല. വീട്ടിലാണെങ്കിൽ രാവിലെ അഞ്ചുമണിക്ക് ഉണർന്നാൽ ഒന്നു നിന്നുതിരിയുമ്പോഴേക്ക് തള ത്തിലെ ക്ലോക്കിൽ മണി എട്ടടിക്കും. സുബഹി നിസ്കാരം കഴിഞ്ഞ് അടുക്കളയിൽ കയറിയാൽ തിരക്കോട് തിരക്കുതന്നെ. മോൻ പഠിക്കാ നായി അഞ്ചുമണിക്ക് എഴുന്നേൽക്കും. അവന് ചായയും മുട്ട പുഴുങ്ങി യതും അവന്റെ മുറിയിലെത്തിച്ചുകൊടുക്കണം. ഏഴു മണിക്ക് ഉണരുന്ന ഭർത്താവ് പത്രവുമായി സിറ്റൗട്ടിലെത്തും. മൂപ്പർക്ക് ചായ അവിടെ കിട്ട ണം. ആപ്പീസിൽ പോകുന്നതിനിടയിൽ നാലു ചായ നിർബന്ധം. അതു കഴിഞ്ഞാൽ പ്രാതൽ, ഉച്ചയ്ക്കലേക്കുള്ള ടിഫിൻ എന്നിവ ശരിയാക്ക ണം. അതിനിടയിൽ മകൻ നൂറുകൂട്ടം കാര്യങ്ങൾക്കായി വിളിച്ചുകൂവും.

"ഉമ്മാ ഷൂ പോളീഷിട്ടില്ല. ഉമ്മാ എന്റെ സോക്സ് കാണുന്നില്ല. എന്റെ സ്കൂൾ ഡയറി എവിടെ?"

ഭർത്താവിനും എല്ലാ കാര്യങ്ങൾക്കും ഞാൻ വേണം.

"ആയിഷാ ഈ കുഴമ്പൊന്നു ചൂടാക്കിത്താ. ഷർട്ടിനു ബട്ടണില്ല. എന്റെ കർച്ചീഫെവിടെ? മേശപ്പുറത്തുവെച്ചിരുന്ന കണ്ണട ആരെടുത്തു? ഒരു സാധനം വെച്ചിടത്തു കാണില്ല."

ഇത്തരം തിരക്കുകൾ ഇഷ്ടമായിരുന്നു. പക്ഷേ, കുറച്ചുകാലമായി ഒന്നിനും ഒരുന്മേഷമില്ല. രാത്രി ഉറക്കമില്ല. കണ്ണൊന്നടഞ്ഞാൽ ഭീകര സ്വപ്നങ്ങൾകണ്ട് ഞെട്ടിയുണരും. വെളുപ്പാൻകാലത്താണ് ഒന്ന് മയ ങ്ങുക. അതുകൊണ്ടുതന്നെ അഞ്ചുമണിക്കുതന്നെ ഉണരുന്ന പതിവു തെറ്റി. വീട്ടുകാര്യങ്ങൾക്ക് മുടക്കം വരാൻ തുടങ്ങിയപ്പോൾ ഭർത്താവിനും മകനും പരാതികളുടെ കുമ്പാരം.

“ഉമ്മയ്ക്ക് സുഖമില്ലെങ്കിൽ ഡോക്ടറെ കാണിച്ചൂടെ? അല്ലെങ്കിൽ ഒരു പണിക്കാരത്തീനെ വെക്ക്. ഇന്നലെയും സ്കൂളിലെത്തിയപ്പോൾ ബെല്ലടിച്ചു.”

“നീയെന്താ എന്റെ ലഞ്ചുബോക്സ് ബാഗിൽ വയ്ക്കാതിരുന്നത്? ഉച്ചയ്ക്ക് പട്ടിണി.”

സാമ്പാറിന് ഉപ്പില്ല. ഇഡ്ഢലി സോഫ്റ്റല്ല. മീൻ പൊരിഞ്ഞില്ല..... പരാതികൾകേട്ട് തല പിളർന്നു. അങ്ങനെയാണ് ആമിനിത്തയെ പണിക്കു നിർത്തിയത്. അതേതായാലും നന്നായി. ഞാൻ വീട്ടിലില്ലെങ്കിലും വീട്ടുകാര്യങ്ങൾക്കൊന്നും മുടക്കമില്ല. ആമിനിത്ത നല്ല പാചകക്കാരിയാണ്. കൊല്ലങ്ങളായി ഇത്താത്തയുടെ വീട്ടിലായിരുന്നു. എന്റെ വിഷമവും പ്രയാസവും കണ്ട് ഇത്താത്ത അയച്ചുതന്നതാണ്. അടുക്കളയിൽ മറ്റാരും കയറുന്നത് എനിക്ക് ഇഷ്ടമായിരുന്നില്ല. എല്ലാറ്റിനും ഒരടുക്കും ചിട്ടയുമുണ്ടായിരുന്നു. അളുക്കുകളിലെല്ലാം പേരെഴുതി ഒട്ടിച്ചിരിക്കും. എടുക്കുന്നവർ അവ അതതു സ്ഥാനത്ത് വയ്ക്കണമെന്ന് നിർബന്ധം. ഇപ്പോൾ ഒക്കെ നല്ലകോലമായിട്ടുണ്ടാകും. പക്ഷേ, ഭർത്താവിനും മകനും വലിയ സന്തോഷമാണ്. കഴിഞ്ഞ ആഴ്ച വന്നപ്പോൾ അവന് ആമിനിത്തയുടെ കൈപ്പുണ്യത്തെ പുകഴ്ത്താനേ നേരമുണ്ടായിരുന്നുള്ളൂ.

“ആമിനിത്താന്റെ കോഴിബിരിയാനിക്ക് എന്താ ടേസ്റ്റ്! ഉമ്മ തല കുത്തി മറിഞ്ഞാൽ അങ്ങനെ ബിരിയാനി വെക്കാൻ ആവൂലാ.”

“ശരിയാ, ചെലവു കുറച്ചു ജാസ്തിയാണെങ്കിലും വായ്ക്കു രുചിയുള്ളത് തിന്നാൻ കിട്ടുന്നുണ്ട്.”

ആമിനിത്ത എല്ലാ ഞായറാഴ്ചയും എനിക്കുവേണ്ടി എന്തെങ്കിലും പ്രത്യേകമായി ഉണ്ടാക്കി കൊടുത്തയയ്ക്കാറുണ്ട്. പക്ഷേ, ഒന്നും കഴിക്കാൻ തോന്നാറില്ല. വെറുതേ ദേഷ്യം വരും. കോൺവെന്റിൽനിന്നു കൊണ്ടുവരുന്ന സാമ്പാറും പുളിച്ച തൈരും കൂട്ടി എങ്ങനെയോ രണ്ടുരുള കഴിച്ചെന്നുവരുത്തും. ആമിനിത്ത കൊടുത്തയയ്ക്കുന്നത് ഗ്രേസിക്കുട്ടിക്കു കൊടുക്കുകയാണ് പതിവ്. അവൾക്ക് ഇറച്ചിയും മീനുമൊക്കെ ജീവനാണ്.

“എനിക്ക് പരീക്ഷ അടുത്തു. പരീക്ഷ കഴിഞ്ഞിട്ട് ഉമ്മയ്ക്ക് ഇവിടെ വന്നാപ്പോരായിരുന്നോ?”

മകന് ഇങ്ങോട്ടുള്ള വരവു മടുത്തെന്ന് അവന്റെ വാക്കുകൾ വ്യക്തമാക്കി.

പരീക്ഷ കഴിയുന്നതുവരെ ഇങ്ങോട്ടു വരേണ്ടെന്ന് അവനെ വിലക്കിയിട്ടുണ്ട്. ഭർത്താവിനും മടുത്തുതുടങ്ങിയിരിക്കും. നിവൃത്തിയില്ലാത്തതുകൊണ്ട് മിണ്ടുന്നില്ലെന്നു മാത്രം. ആശുപത്രിയിൽ വരണമെന്ന് ഞാനായിട്ട് ഒരിക്കലും പറഞ്ഞിട്ടില്ല. വേദന കടിച്ചിറക്കി ആരോടും പറയാതെ കഴിച്ചുകൂട്ടുകയായിരുന്നു. ഒരു ദിവസം രാവിലെ മയങ്ങിവീണു. എത്ര ശ്രമിച്ചിട്ടും എഴുന്നേൽക്കാനായില്ല. കഠിനമായ വേദന ശരീരം തളർത്തി. അദ്ദേഹംതന്നെയാണ് ഡോക്ടർക്ക് ഫോൺ ചെയ്തത്. വേണ്ടെന്ന് വിലക്കിയിട്ട് കേട്ടില്ല. അന്നുമുതൽ പരീക്ഷണങ്ങളാണ്. തലതിരിച്ചും മറിച്ചും

എക്സറേ എടുത്തു. പലവിധം ചോരപരിശോധന. പിന്നെയും എന്തൊക്കെയോ കുണ്ടാമണ്ടികൾ. അണ്ടർ ഒബ്സർവേഷൻ എന്ന ഓമനപ്പേരിൽ ദിവസങ്ങൾ ഒരുപാട് നീങ്ങി. എന്നിട്ടാണ് ഓപ്പറേഷൻ വേണമെന്ന് വിധിച്ചിരിക്കുന്നത്. മകന്റെ പരീക്ഷ കഴിഞ്ഞിട്ടു മതിയെന്ന് അപ്പോഴും ഞാൻ പറഞ്ഞിരുന്നു. ഡോക്ടർ സമ്മതിച്ചില്ല. ഇവിടെ താമസം തുടങ്ങിയിട്ട് ഏകദേശം ഒരു മാസമായി.

"ഹലോ, ഗുഡ്മോർണിങ്. രാവിലെ സ്വപ്നം കാണുകയാണോ?"

ഡോക്ടറാണ്. ഒന്നും മിണ്ടാതെ കട്ടിലിൽ ചെന്നിരുന്നു. ഡോക്ടർ കുഴലുവെച്ച് നെഞ്ചും പുറവുമൊക്കെ പരിശോധിച്ചു. സിസ്റ്റർ കൊടുത്ത ചാർട്ട് പരിശോധിക്കുന്നതിനിടയിൽ ചോദിച്ചു:

"രാത്രി ഉറങ്ങിയോ?"

"നിങ്ങളുടെ കുഴലിന് മനസിലുള്ളത് അറിയാൻ പറ്റുമോ?"

അവൾ മറുചോദ്യമിട്ടപ്പോൾ ഡോക്ടർ ഇല്ലാത്ത ചിരി വരുത്തിയിട്ട് ചോദിച്ചു:

"എന്തു പറ്റി? ഇന്ന് ഫിലോസഫിയുമായി എന്നെ കുടുക്കാമെന്നാണോ?"

"എന്നോട് അൽപ്പമെങ്കിലും ദയവു കാണിക്കൂ ഡോക്ടർ. എനിക്കിപ്പോൾ ഒരസുഖവുമില്ല. എന്തെങ്കിലുമുണ്ടെങ്കിൽത്തന്നെ വീട്ടിലെത്തിയാൽ മാറിക്കോളും. ഞാനിങ്ങനെ ഇവിടെക്കിടന്നാൽ എത്ര പേർക്കാണെന്നോ ബുദ്ധിമുട്ട്. മകന് അടുത്ത ആഴ്ച പരീക്ഷ തുടങ്ങുകയാണ്. പ്ലീസ് ഡോക്ടർ......"

"ഓക്കെ. ഡോണ്ട് വറി. മുഹമ്മദ് വരട്ടെ കേട്ടോ. ചെറിയ ടെമ്പറേച്ചർ ഉണ്ടല്ലോ. സിസ്റ്റർ പാരാസെറ്റമോൾ കൊടുത്തോളൂ. ഉടനെ വീട്ടിലയച്ചേക്കാം കേട്ടോ."

ഡോക്ടർ തോളിൽത്തട്ടി ആശ്വസിപ്പിച്ചു. അപ്പോഴേക്കും കൈയിൽ ബാഗുമായി ഭർത്താവെത്തി. ബാഗ് മേശപ്പുറത്തുവെച്ചിട്ട് അദ്ദേഹം ഡോക്ടറുടെ കൈപിടിച്ചു കുലുക്കി. രണ്ടുപേരും പുറത്തേക്കിറങ്ങിയപ്പോൾ ഞാൻ വീണ്ടും ജനലിനരികിലെത്തി. എനിക്ക് ആകാശം കാണണം. മരങ്ങളും പൂവും ഇലയും കാണണം. നാളെ ഇതെല്ലാം കാണാൻ കഴിയുമെന്ന് എന്താണുറപ്പ്? മാനം നിറയെ മഴമേഘങ്ങൾ. നന്നായൊരു മഴപെയ്തെങ്കിൽ! എന്റെ മനസു തണുപ്പിക്കാൻ പോന്ന മഴ. ജനലിൽക്കൂടി നോക്കിയാൽ ഉയർന്ന കുന്നും പച്ചവിരിച്ച താഴ്‌വരയും കാണാം. ഈ താഴ്‌വരയ്ക്ക് ഇന്നലെ ഇത്ര ചേലുണ്ടായിരുന്നില്ലല്ലോ? ജനലിനു താഴെ തോട്ടത്തിൽ മേരിമാതാവിന്റെ പ്രതിമ. ചുറ്റും പലനിറത്തിലുള്ള ബോഗെയിൻവില്ലകൾ പൂത്തുലഞ്ഞു നിൽക്കുന്നു. മഞ്ഞ, പച്ച, റോസ്..... ചട്ടികളിൽ റോസാപ്പൂക്കൾ. നിറയെ പൂത്ത ഒരരളിമരം. താഴെ പരവതാനി വിരിച്ചതുപോലെ പൂക്കൾ. തോട്ടക്കാരൻ ചെടി നനയ്ക്കുന്നുണ്ട്. മദർ അയാൾക്ക് നിർദേശം കൊടുത്തുകൊണ്ട് അരികിൽ നിൽക്കുന്നു. ജനലരികിൽ എന്നെ കണ്ടപ്പോൾ മദർ കൈവീശി. ഞാനും കൈ ഉയർത്തി.

കാലൊച്ച കേട്ടാണ് തിരിഞ്ഞത്. ഭർത്താവ് വിഷണ്ണനായി അരികിൽ നിൽക്കുന്നു. മുഖം വിളറിയിട്ടുണ്ട്.

"ഉം? എന്താ?"

"മറ്റന്നാളാണ് ഓപ്പറേഷൻ"

"എവിടെയാണ് ഓപ്പറേഷൻ"

"തലയിൽ.... മുടി മുഴുവൻ ഇന്നുതന്നെ വെട്ടിക്കളയണമെന്ന്...."

മുഴുമിക്കാൻ കഴിയാതെ അദ്ദേഹം വാക്കുകൾ വിഴുങ്ങി. ഞാൻ എണ്ണയും താളിയും തേച്ച് അരുമയോടെ വളർത്തിയ എന്റെ ഇടതൂർന്ന മുടി..... കറുത്ത ഇടതൂർന്ന മുടിയിൽ ഞാൻ പതുക്കെ വിരലോടിച്ചു. പട്ടുപോലെ മൃദുലം. മൊട്ടയടിച്ച് എന്റെ മുഖം ഭാവനയിൽ കണ്ടപ്പോൾ ഉള്ളം നടുങ്ങി.

"നീ രാവിലെ ഒന്നും കഴിച്ചില്ലല്ലോ. പത്തിരിയും ഇറച്ചി പൊരിച്ചതുമുണ്ട് തരട്ടേ?"

"ഞാൻ പിന്നീട് കഴിച്ചോളാം."

അദ്ദേഹം അതു വകവയ്ക്കാതെ പ്ലെയിറ്റിൽ തേങ്ങാപ്പാൽ പുരട്ടിയ പത്തിരിയും ഇറച്ചി പൊരിച്ചതും വിളമ്പി കൈയിൽ തന്നു. വിശപ്പുതോന്നിയില്ല. ഒരു കഷണം കഴിച്ചെന്നു വരുത്തി ബാക്കി കളഞ്ഞു. ഫ്ളാസ്കിൽനിന്ന് പാലൊഴിച്ച് അദ്ദേഹത്തിനു നീട്ടി. അദ്ദേഹം മുഖത്തേക്കുറ്റു നോക്കി.

"ഞാനൊരു കാര്യം പറഞ്ഞാൽ മുടക്കം പറയരുത്. ഈ ഓപ്പറേഷൻ തൽക്കാലം വേണ്ട. എനിക്ക് വീട്ടിൽപ്പോണം. എന്റെ കട്ടിലിൽ സുഖമായി നീണ്ടുനിവർന്ന് കിടക്കണം. മൂപ്പർക്ക് ഞാൻ വാക്കു കൊടുത്തതാണ്. ഇന്നും ഞാൻ മടക്കി അയച്ചു. ഇനി വയ്യ."

"ആയിഷാ, എന്തൊക്കെയാ നീയീ പറയുന്നത്? ഇപ്പോൾ എങ്ങനെയാ വീട്ടിൽ പോകുന്നത്? ഓപ്പറേഷൻ കഴിയട്ടെ."

"പറ്റൂലാ. എനിക്കിന്ന് വീട്ടിലെത്തണം. രണ്ടു ദിവസം കഴിഞ്ഞിട്ട് വേണമെങ്കിൽ മടങ്ങിവരാം."

"നീയിങ്ങനെ കുട്ടികളെപ്പോലെ തുടങ്ങിയാലോ?"

"ഇനി ഞാൻ ഒന്നിനും അലട്ടില്ല. ഇത്തവണ എന്റെ ആശ സാധിപ്പിച്ചു തരണം. മുടക്കമൊന്നും പറയരുത്."

എന്റെ വാക്കുകൾ ഇടറി. കണ്ണു നിറഞ്ഞു. അദ്ദേഹം എതിർത്തൊന്നും പറയാതെ ഡോക്ടറുടെ മുറിയിലേക്കു നടന്നു.

ഞാൻ പെട്ടിയിൽ സാധനങ്ങൾ അടുക്കി വയ്ക്കാൻ തുടങ്ങി. എന്റെ കാതിൽ അസ്രായിലിന്റെ സൗമ്യശബ്ദം മാത്രമേ അപ്പോഴുണ്ടായിരുന്നുള്ളൂ. ഇല്ല, ഇത്തവണ ഞാൻ വാക്കു തെറ്റിക്കില്ല. ഞാൻ വരും. വിളിച്ചാൽ ഒന്നും മിണ്ടാതെ കൂടെ വരും. ബലംപ്രയോഗിക്കാൻ അവസരമുണ്ടാക്കില്ല. എന്റെ വീട്ടിലെ കട്ടിലിൽ കിടന്ന് എനിക്ക് സൗമ്യമായി.... ശാന്തമായി.... ഞാൻ പിറുപിറുത്തുകൊണ്ടിരുന്നു.

(1990)

ഭ്രാന്ത്

അലാറം കേട്ട് ഉണർന്നെങ്കിലും പതിവുപോലെ എഴുന്നേൽക്കാൻ തോന്നിയില്ല. മേലാസകലം ബ്ലെയിഡു വച്ചു മുറിക്കുന്നതുപോലുള്ള വേദന. തലയിൽ പാറ കെട്ടിത്തൂക്കിയതുപോലെ. കുറെക്കാലമായി തുടങ്ങിയിട്ട്. എന്നാലും അലാറം കേൾക്കുമ്പോൾ ചാടി എഴുന്നേറ്റ് പോകും. കൊല്ലങ്ങളായുള്ള പതിവാണ്. പക്ഷേ, ഇന്ന് എന്തോ അവൾക്ക് എഴുന്നേൽക്കാൻ തോന്നിയില്ല. എഴുന്നേറ്റില്ലെങ്കിൽ എന്താ ഭൂമിയുടെ ചലനം നിന്നുപോകുമോ? അവൾ പുതപ്പു വലിച്ചു നേരെയിട്ടു ചുരുണ്ടുകൂടിക്കിടന്നു.

അലാറം നിർത്താതെ അടിക്കുന്നതു കേട്ട് അടുത്തു കിടന്നിരുന്ന ഭർത്താവ് ഉണരുന്നു. അയാൾ അലാറം നിർത്തി ഭാര്യയെ കുലുക്കിവിളിച്ചു.

"എണീക്ക് നേരം കുറെയായി."

"നിങ്ങളെണീറ്റോളു."

അവൾ തിരിഞ്ഞുകിടന്നു.

ഭർത്താവെണീറ്റു ലൈറ്റിട്ടു. ഭാര്യയുടെ പുതപ്പു വലിച്ചുമാറ്റി.

"എണീറ്റ് ചായയുണ്ടാക്ക്."

"വയ്യെന്നു പറഞ്ഞില്ലേ?" അവളുടെ മുഖഭാവം കണ്ടു ഭർത്താവ് അമ്പരന്നു.

അയാൾ ഒന്നുകൂടി ശബ്ദം ഉയർത്തി.

"നിന്നോടാണ് എണീറ്റു ചായയുണ്ടാക്കാൻ പറഞ്ഞത്."

"ഹേ, മനുഷ്യാ വയ്യെന്നു പറഞ്ഞതു കേട്ടില്ലേ? നിങ്ങൾ എന്നെ രാവിലെതന്നെ ദേഷ്യം പിടിപ്പിക്കാതെ എണീറ്റു ചെന്നു ചായ ഉണ്ടാക്കുന്നുണ്ടോ?"

തന്നെത്തന്നെ നോക്കി അവിടെ കുന്തം ചാരിയതുപോലെ നിൽക്കുന്ന ഭർത്താവിനെ കണ്ടപ്പോൾ അവൾ എണീറ്റിരുന്നു കൈചൂണ്ടി:

"നടക്കുന്നുണ്ടോ അടുക്കളയിലേക്ക്......."

അവളുടെ കണ്ണുകളെ നേരിടാൻ കഴിയാതെ അയാൾ അടുക്കളയിലേക്കു നടന്നു. അവൾക്ക് അടക്കാനാവാത്ത ആഹ്ലാദം തോന്നി.

പതിനഞ്ചു വർഷങ്ങൾക്കിടയിൽ താനെന്താ ഈ അടവു പ്രയോഗിക്കാതിരുന്നതെന്നാലോചിച്ച് അവൾക്കു ദുഃഖം തോന്നി. അവൾ മൂടിപ്പുതച്ചു വീണ്ടും കിടന്നു. സുഖകരമായ മയക്കം. പുലർച്ചയ്ക്ക് ഇങ്ങനെ മൂടിപ്പുതച്ചുകിടന്നു മയങ്ങാൻ നല്ല സുഖമാണ്.

"ചായ."

ഭർത്താവിന്റെ ഒച്ച അവളെ ഉണർത്തി.

"അവിടെ വച്ചേക്ക്" അവൾ പറഞ്ഞു.

ചായ സൈഡ്ടേബിളിൽ വച്ചു ഭർത്താവ് അരിശത്തോടെ പുറത്തേക്കിറങ്ങുന്നതു കണ്ടപ്പോൾ അവൾ എണീറ്റു കുളിമുറിയിലേക്കു നടന്നു. പല്ലുതേച്ചു മുഖം കഴുകിവന്ന് അവൾ ചായ കുടിച്ചു. ചായ തരക്കേടില്ല. മധുരം അൽപ്പം കൂടുതലാണെന്നേയുള്ളൂ. എന്നാലും സാരമില്ല. രാവിലെ കിടക്കയിലിരുന്നു ചായ കുടിച്ച കാലം മറന്നു. കല്യാണം കഴിക്കുന്നതിനു മുമ്പ് അമ്മ ചായയുണ്ടാക്കി മേശപ്പുറത്തു വച്ചിട്ടു തന്നെ വിളിച്ചുണർത്തുകയായിരുന്നു പതിവ്.

ചായ കുടിച്ചുകഴിഞ്ഞപ്പോൾ ഉന്മേഷം തോന്നി. എണീറ്റു പുറത്തെ വരാന്തയിലേക്കു നടന്നു. ഭർത്താവ് മുഖം വീർപ്പിച്ചു ചൂരൽക്കസേരയിലിരുന്നു പത്രം വായിക്കുന്നു. കണ്ടതും അവൾക്കു കലികയറി.

"പേപ്പറും വായിച്ച് ഇരിക്കുകയാണോ? അടുക്കളയിലേക്കു പോകുന്നില്ലേ? എട്ടുമണിക്കു കുട്ടികളുടെ സ്കൂൾ ബസ് വരും...."

അയാൾ തറപ്പിച്ചുനോക്കി. പക്ഷേ, അവൾ കൂട്ടാക്കിയില്ല. അയാളുടെ കൈയിൽനിന്നും പത്രം വാങ്ങുമ്പോൾ അവൾ പറഞ്ഞു:

"പുട്ടിന്റെ പൊടി അലമാരയിലുണ്ട്. പഴവുമുണ്ട്. പുട്ടുണ്ടാക്കിയാൽ മതി. പപ്പടവും പൊരിച്ചോളൂ."

"എനിക്കറിയില്ല പുട്ടുണ്ടാക്കാൻ."

"ഓംലെറ്റുണ്ടാക്കാൻ അറിയാമോ?"

"ഉം."

"എന്നാ ഇന്ന് ബ്രെഡും ഓംലറ്റും മതി. നാളെമുതൽ നാക്കിൽ വയ്ക്കാൻ കൊള്ളാവുന്നതു വല്ലതും ഉണ്ടാക്കാൻ പഠിക്ക്."

അയാൾ അപ്പോഴും അമ്പരപ്പിലാണ്.

"നിന്നാൽ പറ്റില്ല. വേഗം ചെന്നു ബ്രെഡ് വാങ്ങിക്ക്. നേന്ത്രപ്പഴവും വേണം. പുഴുങ്ങിയാൽ മതി."

അയാൾ ഒന്നും മിണ്ടാതെ അകത്തുചെന്നു ഷർട്ടിട്ടു സഞ്ചിയുമായി കടയിലേക്കു പോകുന്നതു കണ്ടപ്പോൾ അവൾ സന്തോഷം അടക്കാനാവാതെ പൊട്ടിച്ചിരിച്ചു. അയാൾ സംശയത്തോടെ തിരിഞ്ഞു നോക്കി

നോക്കി പോകുന്നു. അയാൾ മടങ്ങിവരുമ്പോഴും അവൾ പത്രം വായിക്കുകയായിരുന്നു.

കുറച്ചുകഴിഞ്ഞപ്പോൾ അവൾക്കു തോന്നി രാവിലെ ഒന്നു കുളിച്ചു കളയാം. രാവിലെ എണീറ്റു കുളിച്ചാൽ ഒരു പ്രത്യേക സുഖംതന്നെയാണ്. കോളേജിൽ പഠിക്കുന്ന കാലത്തു രാവിലെ ചായകുടി കഴിഞ്ഞാൽ കുളി കഴിഞ്ഞേ പഠിക്കാനിരിക്കൂ. ഇപ്പോൾ വീട്ടുജോലികളെല്ലാം ഒതുക്കി കുളിക്കാൻ കയറുമ്പോൾ മണി ഒന്നെങ്കിലും കഴിയും. ടാങ്കിലെ വെള്ളം ചൂടായിരിക്കും. പിന്നെ ആകെ ക്ഷീണമാണ്. മൂളിപ്പാട്ടുംപാടി അകത്തേക്കു നടക്കുമ്പോൾ ഭർത്താവ് ഫോണിനടുത്തുള്ള കസേരയിലിരുന്നു ടെലഫോൺ ഡയറക്ടറിയിൽ നമ്പർ പരതുകയാണ്. ഇപ്പോഴത്തെ ഡയറക്ടറികളിൽനിന്ന് ആവശ്യമുള്ള ഫോൺനമ്പർ കണ്ടുപിടിക്കുക വലിയൊരു യജ്ഞം തന്നെയാണ്.

"ഇനിയും അടുക്കളയിൽ കയറിയില്ലേ? കുട്ടികൾക്കു ചായ കൊടുത്തോ? ഫോൺവിളിയൊക്കെ വൈകുന്നേരം മതി കേട്ടോ. അല്ലെങ്കിൽ സമയത്ത് ഓഫീസിലെത്താൻ പറ്റീന്നു വരില്ല. ഞാനൊന്നു കുളിച്ചിട്ടു വരാം."

എന്നിട്ടും അവിടെത്തന്നെ അന്തംവിട്ടു നിൽക്കുന്ന ഭർത്താവിനെ അവൾ നിർബന്ധിച്ച് അടുക്കളയിലേക്ക് പറഞ്ഞയച്ചു. ആരെയെങ്കിലും ഫോൺവിളിച്ചാലോ എന്നും തോന്നാതിരുന്നില്ല. പക്ഷേ, തനിക്ക് ഇവിടെ കൂട്ടുകാരികളില്ല. അമ്മയ്ക്കാണെങ്കിൽ ചെവി ശരിക്കും കേൾക്കില്ല. അവൾ മൂളിപ്പാട്ടുംപാടി കുളിമുറിയിലേക്കു നടന്നു. ഗീസർ ഓൺ ചെയ്തു. ഭർത്താവിന്റെ കുഴമ്പെടുത്തു ദേഹം മുഴുവൻ പുരട്ടി. തലയിൽ കാച്ചിയ എണ്ണ തേച്ചുപിടിപ്പിച്ചു. കുറച്ചുനേരം വ്യായാമം ചെയ്തു. വെള്ളം ചൂടായെന്നു കണ്ടപ്പോൾ വിശദമായി കുളി തുടങ്ങി. തല ഷാംപു തേച്ചു വൃത്തിയാക്കി.

കുളികഴിഞ്ഞു മേലാസകലം പൗഡർ പൂശി. സാരിയും ബ്ലൗസുമൊക്കെ മാറ്റി തലമുടി ഭംഗിയായി കോതിവച്ചു. കണ്ണാടിയിൽ നോക്കിയപ്പോൾ തോന്നി, ഓഹോ തരക്കേടില്ലല്ലോ. മുപ്പത്തഞ്ച് വയസ്സ് മതിക്കില്ല. കണ്ണെഴുതി. ഒരു പൊട്ടുകൂടി തൊട്ടപ്പോൾ തൃപ്തിയായി. ഒന്നുകൂടി കണ്ണാടിയിൽ നോക്കിയപ്പോൾ ഒരു പാട്ടുപാടാൻ തോന്നി. പഠിക്കുന്നകാലത്ത് ഒരുവിധം ഭംഗിയായി പാടുമായിരുന്നു. ഇപ്പോഴും സ്വരത്തിനു തകരാറില്ല. ഉറക്കെത്തന്നെ പാടിക്കൊണ്ടു വാതിൽ തുറക്കാൻ തുടങ്ങിയപ്പോഴാണു മനസിലായത്, അതു പുറത്തുനിന്നു പൂട്ടിയിരിക്കുന്നു! ഇതാരാ വാതില് പുറത്തുനിന്നു പൂട്ടിക്കളഞ്ഞത്? അയാൾ എന്തിനാണാവോ തന്നെ കിടപ്പുമുറിക്കകത്താക്കി വാതിൽ അടച്ചത്. അവൾ വാതിൽപ്പാളിയിൽ ചെവിവച്ചു ശ്രദ്ധിച്ചു. അയാളാരെയോ ഫോണിൽ വിളിക്കുകയാണ്. അയാളുടെ സുഹൃത്തായ സൈക്യാട്രിസ്റ്റിനെയാണ്.

"ഹലോ, മൂർത്തിയല്ലേ? ഞാനാണു രാഘവൻ. ഉടനേ വരണം. എന്താണെന്നറിയില്ല. ഭാര്യക്കു രാവിലെമുതൽ ഒന്നും പന്തിയല്ല. എണീ

റ്റപ്പോഴേ വല്ലാത്ത മാറ്റം. പതിനഞ്ചുകൊല്ലമായി എതിർത്ത് ഒരുവാക്കു പോലും പറയാത്തവളാണ്. ഇന്നു ചെയ്യുന്നതെല്ലാം നേരേ എതിര്..... കഴിയുമെങ്കിൽ നഴ്സിനെക്കൂടി കൊണ്ടുവരണം. ബലംപ്രയോഗിക്കേണ്ടി വരും. ഇപ്പോൾത്തന്നെ അവിടെ അഡ്മിറ്റ് ചെയ്തുകളയാം..... താമസി ക്കല്ലേ. അതെ, പൂട്ടിയിട്ടിരിക്കുകയാണ്.... വല്ലാതെ പേടിയാകുന്നു. ശരി, ഉടൻ എത്തണം. വയ്ക്കട്ടെ."

പിന്നീടവൾക്കൊന്നും കേൾക്കാൻ കഴിഞ്ഞില്ല. അവൾ വാതിലിൽ ശക്തിയായി ഇടിച്ചു.

"വാതില് തുറക്ക്..... എനിക്കൊന്നുമില്ല. എനിക്കൊന്നുമില്ല.... ഞാൻ..... ഞാൻ..... വെറുതെ തമാശയ്ക്ക് തുറക്ക്.. വാതില് തുറക്ക്.... എനിക്ക് അടുക്കളയിൽ പണിയുണ്ട്.... തുറക്ക്.... തുറക്ക്...."

(1990)

വത്തക്ക

നസീമ ഉമ്മറക്കോലായിലെ വെള്ളക്കല്ല് പാകിയ നടക്കല്ലിലിരുന്നു. മനസാകെ കലങ്ങിയിരിക്കുന്നു. നാളെ പെരുന്നാളാണ്. പക്ഷേ, തനിക്കും ഇത്താത്തമാർക്കും പെരുന്നാൾക്കോടി വാങ്ങിച്ചിട്ടില്ല. ഉമ്മയുടെ തലയിലെ കസവുതട്ടം അവിടവിടെ കീറിയിരിക്കുന്നു. ബാപ്പ കിടപ്പിലാകുന്നതിന് മുമ്പ്, നോമ്പ് പത്താകുമ്പോഴേക്കും കുത്തോടെ തുണികൾ വീട്ടിലെത്തും. ബാപ്പ ഫോൺ വിളിച്ച് പറഞ്ഞാൽ മതി, തുണിപ്പീടികയിലുള്ളവർ മുന്തിയതരം തുണികൾ വീട്ടിലേക്ക് കൊടുത്തയയ്ക്കും. ഉമ്മയും ഇത്താത്തമാരുംകൂടി ഇഷ്ടമുള്ളത് തെരഞ്ഞെടുക്കും. ചെരിപ്പും അങ്ങനെതന്നെ. ഡസൻകണക്കിന് ചെരിപ്പുകൾ കൊണ്ടുവരും. ഇത്താത്ത കസവിന്റെ പണിയുള്ള ചെരിപ്പിട്ട് അങ്ങോട്ടുമിങ്ങോട്ടും നടന്നുനോക്കും. കാല് നോവാത്ത ചെരിപ്പ് നോക്കിയാണ് എടുക്കുന്നത്. ബാപ്പ കിടപ്പിലായതോടെ എല്ലാം നിന്നു.

ബാപ്പയ്ക്ക് വലിയങ്ങാടിയിൽ ചായപ്പൊടിക്കച്ചവടമായിരുന്നു. വേറെയും എന്തൊക്കെയോ ഇടപാടുകളുമുണ്ട്. കാതിൽ അലിക്കത്തും കൈകളിൽ നിറയെ വളകളും കഴുത്തിൽ ഞാലിച്ചവടിയും ഇല്ലാതെ ഉമ്മ നടക്കാറില്ല. ഇത്താത്തമാർക്കും തനിക്കും മിന്നുന്ന പട്ടുകുപ്പായം. തലയിൽ റങ്കുള്ള തട്ടം. വീട്ടിൽ എപ്പോഴും അത്തറിന്റെ മണം. ക്രമേണ ഓരോന്നായി ഇല്ലാതായി. ഇതെങ്ങനെ സംഭവിച്ചു എന്ന് അറിയില്ല. ഉമ്മയോട് ചോദിച്ചാൽ ഉത്തരമുണ്ട്:

"എല്ലാം ഓന്റെ കളി. മനിശനെ നന്നാക്കാനും ബെടക്കാക്കാനും ഓനിക്ക് പെരുത്ത് നേരം ബേണോ? രാജാവിനെ ഫക്കീറാക്കാനും ഫക്കീറിനെ രാജാവാക്കാനും ഓനിക്ക്, [1]ളഹറിട നേരം മതി."

കേൾക്കുമ്പോൾ ഊറവരും. പടച്ചോനെന്തിനാ ഇങ്ങനെ ചെയ്യുന്നത്?

തന്റെ ബാപ്പ അഞ്ച് നേരവും നിസ്കരിക്കും. നോമ്പ് മുപ്പതും നോക്കും. നോമ്പിന് കണക്കനുസരിച്ച് സക്കാത്ത് കൊടുക്കും. എന്നിട്ടും ബാപ്പ പാപ്പരായി. ഇതെവിടത്തെ ന്യായം? മനസിൽ തോന്നുന്നത് ചിലപ്പോൾ ഉമ്മയോട് തുറന്നുപറയും. അപ്പോഴേക്കും ഉമ്മ ബേജാറാകും.

"നീയെന്ത് ബർത്താനാ മോളെ പറേണത്? ഓൻ വിതിക്കുന്നതെല്ലാം ഞമ്മള് സഹിക്കണം. ഇപ്പംതന്നെ ഈറ്റാലത്തെ പോയത്തരം പറഞ്ഞ് പടിക്കല്ലേ. [2]അസ്തഅഫറുള്ളാഹുൽ അളീം എന്നു മുപ്പത്തിമൂന്ന് പ്രാവശ്യംചൊല്ല്. ഓൻ പൊറുക്കുന്നോനാ. ഇന്റെ പോയത്തരം ഓൻ പൊറുത്ത് തരും."

വീട്ടിൽ തങ്ങൾക്കു പുറമെ ഉമ്മയുടെ രണ്ടനിയത്തിമാരും മക്കളുമുണ്ട്. ചെറ്യേളാപ്പ ദുബായിയിലാണ്. അവ്വോക്കറെളാപ്പാക്ക് അരിക്കച്ചോടവും. അവരുടെ മക്കൾക്കൊക്കെ പെരുന്നാൾക്കോടി വാങ്ങിച്ചിട്ടുണ്ട്. ചെറ്യേളപ്പ തലനോമ്പിന്തന്നെ അയ്യായിരത്തിന്റെ ഡ്രാഫ്റ്റാണ് അയച്ചത്. ചെറ്യേളാമ കാര്യസ്ഥൻ മമ്മത്ക്കയെ അങ്ങാടിയിൽ പറഞ്ഞയച്ച് എല്ലാ സാധനങ്ങളും വാങ്ങിപ്പിച്ചു. ബദാമും കിസ്മസും അണ്ടിപ്പരിപ്പും കാരയ്ക്കയുമൊക്കെ തന്റെ അറയിലെ കണ്ണാടി അലമാരിയിൽ വെച്ചു പൂട്ടി. അവ്വോക്കറെളാപ്പ കൊടുത്തയച്ച സാധനങ്ങൾ മറയമ്പി എളാമയും ഭദ്രമായി എടുത്തുവെച്ചു. അവരൊക്കെ ബദാമരച്ച് പാലിൽ കലക്കിയതും കാരയ്ക്കയും കൊണ്ടാണ് നോമ്പ് തുറക്കുന്നത്. തന്നെക്കണ്ടാൽ ചെറ്യേളാമ ബദാം കലക്കിയത് ഒളിപ്പിച്ച് വയ്ക്കും. കാണുമ്പോൾ സങ്കടം വരും. ബാപ്പയ്ക്ക് ആവുന്ന കാലത്ത് ഉമ്മയും ബദാം കലക്കിത്തരാറുണ്ടായിരുന്നു.

ഉമ്മയുടെ രണ്ടനിയത്തിമാരേയും കല്യാണം കഴിപ്പിച്ചത് ബാപ്പയാണത്രെ. കേൾവികേട്ട തറവാട്ടിലാണ് ഉമ്മ ജനിച്ചത്. ബാപ്പ കല്യാണം കഴിക്കുന്ന കാലത്ത് തറവാടിന്റെ സ്ഥിതി പരുങ്ങലിലായിരുന്നു. ഉമ്മയുടെ ആങ്ങളമാർ രണ്ടുപേരും ഭാര്യവീട്ടിൽ സ്ഥിരതാമസം. ഉമ്മാമ മുമ്പേ മരിച്ചു. വല്യുപ്പ കൈവശം ബാക്കിയുണ്ടായിരുന്ന രണ്ടുമുറിപ്പീടിക വിറ്റാണ് ഉമ്മയുടെ കല്യാണം നടത്തിയത്. കല്യാണം കഴിഞ്ഞ് ആറു മാസം കഴിയുന്നതിന് മുമ്പ് അദ്ദേഹവും മരിച്ചു. പിന്നെ ഭാരം മുഴുവൻ ബാപ്പയുടെ ചുമലിലായി.

ബാപ്പ കയറിയതോടെയാണ് തറവാടിന് മേൽഗതി ഉണ്ടായത്. കൈയിലുണ്ടെങ്കിൽ ചെലവാക്കാൻ ബാപ്പയ്ക്കൊരു മടിയുമില്ല. ഉമ്മ ഒന്നും എതിര് പറയാറുമില്ല. പൊളിഞ്ഞുകിടന്ന തറവാട് ബാപ്പ നന്നാക്കി. പെയിന്റും വാർണിഷുമടിച്ച് മോടിപിടിപ്പിച്ചു. ഭാര്യയുടെ അനിയത്തിമാർക്ക് നല്ല പുതിയാപ്പിളമാരെ കണ്ടുപിടിച്ച് കല്യാണം നടത്തി.

ബാപ്പയ്ക്ക് സ്വന്തം സഹോദരങ്ങളില്ല. ഉമ്മയും ബാപ്പയും ചെറുപ്പത്തിലേ മരിച്ചു. സ്വന്തം പ്രയത്നംകൊണ്ട് കരപറ്റിയതാണ്. അകന്ന ബന്ധുക്കളെയൊക്കെ ബാപ്പ ആവുംമട്ട് സഹായിച്ചിട്ടുമുണ്ട്. ചെറേള്യാപ്പ ആദ്യമൊക്കെ സഹായിച്ചിരുന്നു. എളാമ കുത്തുവാക്കുകൾ പറയാൻ തുട

ങ്ങിയപ്പോൾ ഉമ്മതന്നെയാണ് വിലക്കിയത്. ഇപ്പോൾ ആരും തുണയില്ല. "ഓൻ [3]ബീട്ട്കാരെ നന്നാക്കി മുടിഞ്ഞതല്ലേ. ഇനിയിപ്പം ഓല്തന്നെ നോക്കട്ടെ." എന്നാണ് ബാപ്പയുടെ വീട്ടുകാർ പറയുന്നത്.

തനിക്ക് രണ്ടിത്താത്തമാരാണ്. മൂത്ത ഇത്താത്തയുടെ കല്യാണം ആഡംബരത്തോടെതന്നെയാണ് ബാപ്പ നടത്തിയത്. ആവശ്യത്തിലധികം പൊന്നും കൊടുത്തിരുന്നു. ദുബായിയിലായിരുന്നു ജോലി. [4]അളിയങ്കയുടെ ബാപ്പ എന്തോ നിസ്സാരകാര്യത്തിന് ബാപ്പയുമായി പിണങ്ങി. ഉടനെ ഇത്താത്തയെപ്പറ്റി വേണ്ടാത്തതൊക്കെ എഴുതി അയച്ച് മനസ്സ് മാറ്റി. ഇപ്പോൾ വേറെ കല്യാണവും കഴിപ്പിച്ചത്രെ. പാവം ബിച്ചുത്താത്തയുടെ കണ്ണ് തോർന്ന നേരമില്ല. ആയിശുത്താത്തയുടെ കല്യാണം ഉറപ്പിച്ചതായിരുന്നു. ബാപ്പയ്ക്ക് സുഖക്കേടായതോടെ അത് തെറ്റി.

ബാപ്പയ്ക്ക് വയറ്റിൽ വേദനയാണ് തുടങ്ങിയത്. ആദ്യം കാര്യമാക്കിയില്ല. വേദന കൂടിക്കൂടി വന്നു. കുറെ നാള് കഴിഞ്ഞപ്പോഴാണ് അറിഞ്ഞത് ക്യാൻസറാണെന്ന്. ഉമ്മയുടെയും ഇത്താത്തയുടെയും പൊന്നു മുഴുവൻ വിറ്റ്, ഡോക്ടർമാരുടെ ഫീസ് കൊടുത്തും മരുന്നു വാങ്ങിയും തീർന്നു. എന്നിട്ടും വേദനയ്ക്ക് കുറവില്ല. പീടികയിൽ പോകാൻ പറ്റാത്തതുകൊണ്ട് കച്ചവടവും തകരാറിലായി. താൻ ജനിച്ചതോടെയാണത്രെ ബാപ്പയ്ക്ക് കഷ്ടകാലം തുടങ്ങിയത്. മറിയമ്പി എളാമ തന്നെക്കാണുമ്പോൾ പറയുന്നതു കേൾക്കാറുണ്ട്:

"ഈ ബർക്കത്തിന്റെ കാല് കണ്ടേരാ ഇത്താത്തക്ക് നാശം തുടങ്ങിയത്."

കേൾക്കുമ്പോൾ സങ്കടം വരും. മൂലയ്ക്കിരുന്നു കരയുന്നതു കാണുമ്പോൾ ഉമ്മ സമാധാനിപ്പിക്കും.

"ഓളെന്തെങ്കിലും പറഞ്ഞോട്ടെ. എന്റെ മോള് കാര്യാക്കണ്ട. പടച്ചോന്റെ ബേണ്ടുകപോലെ ബരും."

അപ്പോഴൊക്കെ തോന്നാറുണ്ട്, പഠിച്ച് വലിയ ആളാകണം. പണിക്ക് പോകണം. പക്ഷേ, അതിനും പറ്റിയില്ല. ഇക്കൊല്ലം പറഞ്ഞു ഇനി സ്കൂളിൽ പോണ്ടെന്ന്. പുസ്തകം വാങ്ങാൻ പണമില്ല. ഇടാൻ നല്ല പാവാടയില്ല. കുറേ കരഞ്ഞുനോക്കി. ഉമ്മ സമ്മതിച്ചില്ല. പണമില്ലെങ്കിലും മുന്തിയ തറവാട്ടുകാരാണ്. പിന്നിക്കീറിയ പാവാടയുമിട്ട് പുറത്തു പോകുന്നത് നാണക്കേടല്ലേ!

"കാടി ആയാലും മൂടിക്കുടിക്കണം." ഉമ്മ എപ്പോഴും പറയുന്നതാണ്.

സ്കൂളിൽ പോവാതായതോടെ സമയവും നീങ്ങുന്നില്ല. അവ്വോക്കറെളാപ്പ പത്രം വരുത്തുന്നുണ്ട്. അതൊന്ന് വായിക്കാൻ കിട്ടണമെങ്കിൽ മറിയമ്പി എളാമയുടെ കാല് പിടിക്കണം.

"ഓള് ബലിയ മയിസ്രേട്ട്. പേപ്പറ് ബായിക്കാഞ്ഞാ ഒറക്കം ബരൂല."

എന്നാലും വാങ്ങി വായിക്കും. സമയം പോകാൻ വേണ്ടിയാണ് കുഞ്ഞിമോനെ കളിപ്പിക്കാൻ ചെല്ലുന്നത്. ചിലപ്പോൾ മോൻ കരയും. അപ്പോൾ എളാമ തൊള്ളയിടും.

"ശൈത്താനെ, നിയ്യതിനെ ബെതനാക്കണ്ട."

ഉമ്മ ചോദിക്കും:

"നീയെന്തിനാ മോളെ ഓളെ ബായിലുള്ളത് കേൾക്കാൻ അങ്ങോട്ട് പോണത്?"

ഒന്നും മിണ്ടാതെ അടുക്കളവരാന്തയിൽ ഇരിക്കും. വീട്ടുപണികളൊക്കെ ഇത്താത്തമാർ ചെയ്തോളും. ഉമ്മ അധികനേരവും ബാപ്പയുടെ അടുക്കൽത്തന്നെയാണിരിപ്പ്. ബാപ്പയ്ക്ക് എപ്പോഴും വേദനയാണ്. സഹിക്കാൻ കഴിയാതാവുമ്പോൾ ഉമ്മ വെള്ളം ചൂടാക്കി കുപ്പിയിലാക്കി വയറ്റിന് പിടിച്ചു കൊടുക്കും. ഇപ്പോൾ ബാപ്പ മരുന്ന് കഴിക്കാൻ കൂട്ടാക്കാറില്ല. ഇനിയൊന്നും വിറ്റും പെറുക്കിയും മരുന്ന് വാങ്ങരുതെന്ന് ഉമ്മയെ താക്കീത് ചെയ്തിരിക്കുകയാണ്. തന്നെ കാണുമ്പോൾ അടുത്തേക്ക് വിളിക്കും. ചെന്നാൽ അടുത്ത് പിടിച്ചിരുത്തി തലോടും. ബാപ്പയുടെ കണ്ണുനിറയും. ചിലപ്പോൾ പറയും:

"ബാപ്പാനോട് പൊറുക്ക് മോളെ. ബാപ്പക്ക് ഇങ്ങക്കുംവേണ്ടി ഒന്നും കരുതിബെക്കാനായില്ല."

തനിക്ക് സഹിക്കാൻ കഴിയില്ല. ബാപ്പയെ കെട്ടിപ്പിടിച്ച് കരയും.

ഉമ്മയോ ബിച്ചുത്താത്തയോ വന്ന് വിളിക്കുന്നതുവരെ അങ്ങനെ ഇരിക്കും.

ഇത്താത്ത ദേഷ്യപ്പെടും.

"നീയ്യെന്തിനാണ്ടി ബാപ്പാന്റെ ഖൽബ് ബേജാറാക്കണത്?"

ഉമ്മയുടെ ആങ്ങളമാർ നല്ല നിലയിലാണ്. ചെറീക്കാക്കയും വല്യക്കാക്കയും ഇടയ്ക്കൊക്കെ വീട്ടിൽ വരാറുണ്ട്. വന്നാൽ എളാമമാരുടെ മക്കളെ അടുത്തു വിളിച്ച് പുന്നാരിക്കും. വരുമ്പോൾ അവർക്ക് ഹലുവയും ചോക്ലേറ്റുമൊക്കെ കൊണ്ടുവരും. പോകാൻനേരം ഉമ്മയെ കണ്ടെങ്കിൽ ചോദിക്കും:

"അളിയനിക്ക് കൊറവുണ്ടോ?"

ഉമ്മ ഒന്നും മിണ്ടാതെ കണ്ണും നിറച്ച് വാതിൽക്കൽ നിൽക്കും.

ഒരിക്കൽ വല്യക്കാക്ക വന്നപ്പോൾ ഉമ്മ പറഞ്ഞു:

"അയിശൂന്ന് ഒരു പുതിയാപ്ലാനെ നോക്കി ഇക്കാക്ക ഇങ്ങള് എത്തരക്കാലംന്ന് വെച്ചിറ്റാ ഓളെ ഇങ്ങനെ ഇരുത്തുന്നത്?"

"പിയാപ്ളാരുണ്ട്, ഇന്റേല് പൊന്നും ശിരിതനോം റെഡിക്കുണ്ടോ?"

"ഇങ്ങളെല്ലാവരും കൂടിറ്റ് എങ്ങനേങ്കിലും ഒന്ന് ഓളെ [5]മൊകം തൊറക്കാൻ സകായിക്കണം. ഞാൻ നോക്കീറ്റ് ബേറെ ബയ്യൊന്നും കാണുന്നില്ല. പടച്ചോന്റെ ബക്കന്ന് കൊണമുള്ള കാരിയമാ."

"ഞാൻ ബുക്കടിച്ച് പിരിവിനിറങ്ങാനാ നീ പറേണത്?"

"പടച്ചോനെ മറന്ന ബർത്താനം പറയല്ലേ ഇക്കാക്കാ."

ഉമ്മ കരഞ്ഞുകൊണ്ട് പിൻവലിഞ്ഞു. തീരെ ഗതിയില്ലാത്തവരാണ് ബുക്കടിച്ച് പിരിവ് നടത്തി കല്യാണം നടത്തുന്നത്. മുമ്പ് അങ്ങനെ വരുന്ന എത്ര പേർക്കാണ് ബാപ്പ നൂറും ഇരുന്നൂറും കൊടുത്തിട്ടുള്ളത്!

ഇപ്പോൾ വല്യക്കാക്ക വന്നാൽ ഉമ്മ പുറത്ത് വരാറില്ല. നോമ്പ് ഇരുപത്തിയേഴിന് വന്നിരുന്നു, പെങ്ങന്മാർക്കും മക്കൾക്കും സക്കാത്ത് കൊടുക്കാൻ. മറ്റുള്ളവർക്ക് ഇരുന്നൂറും മുന്നൂറുമൊക്കെ കൊടുത്തപ്പോൾ ഉമ്മയ്ക്ക് ഇരുപത്തഞ്ചുറുപ്പികയാണ് കൊടുത്തത്. ഇത്താത്ത അടുക്കളയിൽനിന്ന് പിറുപിറുക്കണതു കേട്ടു.

"ഇങ്ങളെന്തിനാ ഉമ്മാ ഈ പിച്ചക്കായി മാങ്ങുന്നത്? ഈ ഈനെക്കൊണ്ട് ഒന്നും ആകൂല്ല. ഇല്ലാത്തോർക്ക് സക്കാത്ത് കൊടുക്കാനാ പടച്ചോൻ പറഞ്ഞത്. ഇബല് മാനം നേടാൻ ബേണ്ടിയാ സക്കാത്ത് കൊടുക്കുന്നത്."

ഇതൊന്നും തനിക്ക് ദഹിക്കാറില്ല.

"ഓ [6]ദുനിയാവില്ലാതെ [7]ആഖിറം നന്നായിറ്റെന്താ കാര്യം?"

ചിലപ്പോൾ താൻ പറയും. ഉമ്മ തന്റെ വായ പൊത്തും.

"പഹച്ചീ നാവടക്ക്. ബേണ്ടാത്തത് പറയല്ല. റബ്ബേ നീ പൊറുത്തുകൊടുക്ക്."

ഇന്ന് രാവിലെ വല്യക്കാരെ പെരുന്നാൾക്കോളുമായി വന്നിരുന്നു. രണ്ടു മൂന്ന് കാർഡ് ബോർഡ് പെട്ടികൾ ഡ്രൈവർ നടുവകത്ത് കൊണ്ടുവന്നുവച്ചു. നടുവകത്തിരുന്ന് *ഖുർആൻ* ഓതുകയായിരുന്നു താൻ.

വല്യക്കാക്കയുടെ വിളികേട്ട് എളാമമാരും മക്കളും ഓടിവന്നു.

താൻ കാണാത്തതുപോലെ അവിടെത്തന്നെയിരുന്ന് ഓതി. ചെറ്യേളാമയ്ക്ക് അത് പിടിച്ചില്ല.

"കുരുത്തോം പൊരുത്തോം ഇല്ലാത്തോള്. ബല്യക്കാക്കാനെ കണ്ടാല് ഒന്ന് എണീറ്റ് നിന്നൂടെ ഇനിക്ക്?"

മുസഅബ് അടച്ചുവച്ച് എണീറ്റു. ജനാലക്കമ്പി പിടിച്ച് പുറത്തേക്ക് നോക്കിനിന്നു. വല്യക്കാക്ക പെട്ടികൾ തുറന്ന് ഓരോരുത്തർക്കുള്ള സാധനങ്ങൾ എടുത്തുകൊടുത്തു. ചോക്ലേറ്റ് പെട്ടി, അണ്ടിപ്പരിപ്പ്, പട്ടുകുപ്പായം, പടക്കം. രണ്ട് പെട്ടികളും കാലിയായി. അപ്പോഴാണ് എന്നെ കണ്ടത്.

എളാമയോട് പറഞ്ഞു:

"മറിയമ്പി ആ ചാക്കിൽ ബത്തക്കയുണ്ട്. നല്ല മുന്തിയ ജാതിയാ. നോമ്പ് തുറക്കുമ്പം കലക്കിക്കുടിച്ചോളീ. ഒന്ന് എവക്കും കൊടുത്തേക്ക്.

എളാമ ഒരു വത്തക്കയെടുത്ത് തന്റെ നേരെ നീട്ടി.

"എടീ ഇന്നാ, കൊണ്ടോയി കലക്കിക്കുടിച്ചോ."

"ഇങ്ങളെ മക്കക്കുതന്നെ കലക്കിക്കൊടുത്തേക്ക്."

അതുംപറഞ്ഞ് തേങ്ങിക്കരഞ്ഞുകൊണ്ട് അകത്തേക്ക് നടന്നു.

എളാമ കൈയ് ഉയർത്തി അടിക്കാനായി ഓടിവന്നു.

"ബല്യക്കാക്കാനോട് തർക്കുത്തരം പറയാൻ മാത്തരം ബളന്നോടീ? ബെറുതെയാണോ മൂതേവി കൊണംപിടിക്കാത്തത്? ഇന്റെ തല മുതിർന്നേരം തൊടങ്ങിയില്ലേ നാശം. കണ്ടില്ലെ ബാപ്പാന്റെ കെടപ്പ്! ഇനി ഉമ്മാനേംകൂടി കൊന്നാള പഹച്ചീ."

അത് കേട്ടുകൊണ്ടുവന്ന ഇത്താത്ത എളാമയുടെ കൈപിടിച്ചു.

"എളാമ പടച്ചോനെ മറന്ന ബർത്താനം പറേല്ലെ. ഓള് ചെറിയ കുട്ടിയല്ലേ? ബിവരമില്ലാതെ എന്തെങ്കിലും പറഞ്ഞേനെ, ഇങ്ങള് ഇങ്ങനെ തുള്ളിയാലോ?"

"പോടീ ലക്ഷണംകെട്ടോളെ, ബെറുതെയല്ല കല്യാണം കയ്യാതെ മുലക്കായത്."

ഇത്താത്ത കരഞ്ഞുകൊണ്ട് അകത്തേക്കോടി.

ഉമ്മ ഒന്നും മിണ്ടാതെ നോക്കിനിന്നു.

വല്യക്കാക്ക ഇറങ്ങിപ്പോയി.

ഓർക്കുന്തോറും നസീമയ്ക്ക് സങ്കടം വന്നു.

കൈകൊണ്ട് മുഖം മറച്ച് തേങ്ങി.

അത് കണ്ടുകൊണ്ടുവന്ന എളാമ പിരാകി.

"മോന്തിക്കുരുകുരുപ്പിന് കോലായിലിരുന്ന് മോങ്ങുന്നത് കണ്ടില്ലെ? തറവാട് മുടിയാൻ ഇനി എന്താ മേണ്ട്യത്?"

---

1 ലഹിട = ഒരുനിമിഷം
2 അസ്തിഅഫറുള്ളാഹുൽ അളീം = ഞാൻ മാപ്പിനപേക്ഷിക്കുന്നു
3 ബീട്ടുകാർ = ഭാര്യവീട്ടുകാർ
4 അളിയങ്ക = അളിയൻ
5 മൊകം തൊറക്കാൻ = വിവാഹം കഴിച്ചയയ്ക്കാൻ
6 ദുനിയാവ് = ഇഹലോകം
7 ആഖിറം = പരലോകം

മൗനത്തിന്റെ അന്ത്യം

ഭാര്യയുടെ മൃതദേഹത്തിനടുത്ത് അവളുടെ മുഖത്തേക്ക് ഉറ്റുനോക്കിക്കൊണ്ടിരുന്നപ്പോൾ അയാൾക്കുതോന്നി ഇവൾ ഇത്ര സുന്ദരിയായിരുന്നോ? ഇരുപതുവർഷം ഒന്നിച്ചു ജീവിച്ചിട്ടും ഇവളുടെ മുഖം ശരിക്ക് കണ്ടിട്ടില്ലെന്നോ? കരിമായാത്ത പാതിയടഞ്ഞ കണ്ണുകൾ, വളഞ്ഞ പുരികക്കൊടി, അറ്റംപരന്ന കൊച്ചുമൂക്ക്, ചുണ്ടിൽ നിറഞ്ഞ മന്ദഹാസം. ചുണ്ടിലെ ചിരിയാണ് അയാളെ അത്ഭുതപ്പെടുത്തിയത്. മുഖത്തെ സ്ഥിരഭാവം വിരസത അല്ലെങ്കിൽ പരിഭവം. കല്യാണരാവിൽപ്പോലും അവൾ ചിരിച്ചു കണ്ടിട്ടില്ല. നാണംകുണുങ്ങിയില്ല; ഇക്കിളിപ്പെട്ടില്ല. ഒരുതരം നിസ്സംഗത.

"എനിക്ക് ഒട്ടും വയ്യാട്ടോ. നല്ല തലവേദന." ആദ്യരാവിൽ അവൾ ആദ്യമായി പറഞ്ഞ വാക്കുകൾ.

"മോനേ, ഇങ്ങനെ സങ്കടപ്പെട്ടിരുന്നാലോ? ശവദാഹത്തിനുള്ള ഏർപ്പാട് നോക്കണ്ടേ?"

അമ്മാവൻ ചോദിച്ചു. അവളുടെ നിസ്സംഗത അയാളിലേക്ക് പകർന്നതുപോലെ. ചുറ്റുമുള്ള ബഹളങ്ങൾ അയാളുടെ കാതിലെത്തിയില്ല. അവളുടെ മുഖമൊഴികെ അയാൾക്കൊന്നും കാണാനും കഴിഞ്ഞില്ല. ഇരുനിറത്തിലുള്ള മുഖം കാണാൻ നല്ല ചന്തം. നാൽപ്പതാകാറായിട്ടും ഒരു മുടിപോലും നരച്ചിട്ടില്ല. കറുത്തിരുണ്ട് ഇടതൂർന്ന തലമുടി. അയാൾ പതുക്കെ അവളുടെ മുടി തലോടി. അതുകണ്ട് അടുത്തുനിന്ന അയാളുടെ സഹോദരി എണ്ണിപ്പെറുക്കി.

"ഏട്ടന് ഏടത്ത്യമ്മാന്നുവെച്ചാ ജീവനേർന്നു. ഇരുപതുകൊല്ലത്തിനിടയിൽ രണ്ടുപേരും മുഖം കറുത്ത് വർത്തമാനം പറയുന്നത് ഞാൻ കേട്ടിട്ടില്ല."

അതു നേരായിരുന്നു. അയാളുടെ കാര്യങ്ങളിലൊന്നും ഒരു വിട്ടുവീഴ്ചയും അവൾ വരുത്താറില്ല. അയാൾ പറയുന്നതിനൊന്നും എതിരുപറയാറില്ല. ഒരു പരാതിക്കും ഇടവരുത്താറില്ല; കിടപ്പറയിൽപ്പോലും അവൾക്ക് ആഗ്രഹങ്ങളില്ല, മോഹങ്ങളില്ല, പരാതികൾ മാത്രം - വയ്യ, ശരീരവേദന, സഹിക്കാൻ കഴിയാത്ത തലവേദന. രാവിലെ എണീറ്റാൽ അവളത് മറക്കുന്നു. ജോലിയിൽ മുഴുകുന്നു. അയാൾക്കുവേണ്ടി ഭക്ഷണമൊരുക്കുന്നു. മുണ്ടും ഷർട്ടും കഴുകിത്തേക്കുന്നു. വിശ്രമമില്ലാത്ത ജോലി. ഇടയ്ക്ക് പിറുപിറുക്കുന്നതു കേൾക്കാം.

"എനിക്ക് ഒട്ടും വയ്യാട്ടോ. മേലുമുഴുവൻ വേദന."

അയാൾക്ക് മടുത്തു. അയാൾ അവളോട് ഒന്നും ചോദിക്കാതായി. അവളും മൗനിയായി. അവളുടെ പെരുമാറ്റം ചിലപ്പോൾ അയാളെ ഭ്രാന്തുപിടിപ്പിക്കാറുമുണ്ടായിരുന്നു. അയാൾ പൊട്ടിത്തെറിയുടെ വക്കിലെത്താറുണ്ടായിരുന്നു. പക്ഷേ, അവളുടെ നിസ്സംഗത അയാളെ തളർത്തി. അവളെ ഉറക്കെ രണ്ടു തെറിവിളിക്കാൻ, തലമുടികൂട്ടിപ്പിടിച്ച് രണ്ടടി കൊടുക്കാൻ ഒക്കെ അയാൾക്ക് തോന്നാറുണ്ടായിരുന്നു. പലപ്പോഴും അതിന് മുതിർന്നതുമാണ്. അപ്പോഴായിരിക്കും അവളുടെ പരാതി.

"എനിക്ക് ഒട്ടും വയ്യാട്ടോ. തലപൊളിയണ്."

നേരാണോ? അസുഖം വല്ലതുമുണ്ടോ? ചോദിക്കണമെന്നുണ്ട്. പക്ഷേ, ആ മുഖത്തെ സ്ഥായിയായ വിരസത കാണുമ്പോൾ അയാളുടെ നാവ് മരവിച്ചുപോകും. ഒന്നും ചോദിക്കാൻ തോന്നുകയില്ല. അവളുടെ ശരീരത്തിനു പറയത്തക്ക ക്ഷീണമൊന്നും ഉള്ളതായി അയാൾക്ക് തോന്നിയില്ല. കടഞ്ഞെടുത്തതുപോലെയുള്ള ശരീരം. എപ്പോഴും എന്തെങ്കിലും ചെയ്തുകൊണ്ടിരിക്കുന്നതും കാണാം.

വൈകുന്നേരം ആപ്പീസുവിട്ടുവന്നാൽ അയാൾ തിണ്ണയിലിരുന്ന് പേപ്പർ വായിക്കും. അവളും അടുത്തുതന്നെ ഉണ്ടാകും.

"ഇന്ന് മുണ്ടുകഴുകുമ്പോൾ എനിക്കു തലചുറ്റി. വീണില്ലെന്നേയുള്ളൂ. അതോണ്ടാ ചായയ്ക്ക് പലഹാരമൊന്നും ഉണ്ടാക്കാഞ്ഞത്."

പിന്നെ ഉരിയാട്ടമേ ഇല്ല. ആകാശത്തു കണ്ണുംനട്ട് മുനിയെപ്പോലെ ഒരേ ഇരിപ്പ്. ഡോക്ടറുടെ അടുത്തുപോയാലോ? വല്ലാത്ത വേദനയുണ്ടോ? അയാൾ ചോദിക്കാനാഗ്രഹിച്ചു. പക്ഷേ, ഒരക്ഷരം ഉരിയാടാൻ കഴിയില്ല. നാവ് ചങ്ങലയ്ക്കിട്ടതുപോലെ, ആ മരവിപ്പു സഹിക്കാൻകഴിയാതാകുമ്പോൾ അയാൾ മുണ്ടും ഷർട്ടും മാറി പുറത്തേക്കിറങ്ങി നടക്കും. അതും നോക്കി അവൾ തിണ്ണയിൽ ഇരിക്കുന്നുണ്ടാവും. പോകരുതെന്ന് ഒരിക്കൽപ്പോലും അവൾ വിലക്കിയില്ല. അത് അയാൾ ആഗ്രഹിച്ചിരുന്നു. രാവേറെച്ചെല്ലുന്നതുവരെ കടപ്പുറത്തുചെന്നിരിക്കും. അയാളുടെ മനസെന്നപോലെ അസ്വസ്ഥമായ തിരമാലകൾ ആഞ്ഞടിക്കുന്നതും നോക്കിക്കൊണ്ടിരുന്നാൽ നേരം പോകുന്നതറിയാറില്ല. വൈകിയാണ് വീട്ടിലെത്തുക. ഊണ് പലപ്പോഴും ഹോട്ടലിൽനിന്നു കഴിക്കും. എന്നാലും, അവൾക്ക് പരാതിയില്ല. അവൾ ഊണ് തയാറാക്കി അയാളെയും കാത്തിരിക്കുന്നുണ്ടാവും.

"ഞാൻ ഊണു കഴിച്ചു."

"എനിക്കും ഒന്നും വേണ്ട."

അവൾ ചോറും കറികളും ഫ്രിഡ്ജിലെടുത്തുവെച്ചു ലൈറ്റണച്ച് വന്നു കിടക്കും. അവളെ നിർബന്ധിച്ച് ഊണു കഴിപ്പിക്കണമെന്ന് അയാൾ പലപ്പോഴും ആഗ്രഹിച്ചിട്ടുണ്ട്. അവളുടെ മുഖം കാണുമ്പോൾ അയാൾ വാക്കുകൾ മറക്കും. അയാൾക്ക് രാത്രി ഉറക്കം കുറവാണ്. അകത്ത് ഒരുമാതിരി പുഴുക്കം.

ബാൽക്കണിയിൽ ആകാശം നോക്കിയിരിക്കും. രാത്രിക്ക് പല യാമങ്ങളിൽ പല ഭാവങ്ങളാണ്. അർധരാത്രി കഴിഞ്ഞാൽ പേടിപ്പെടുത്തുന്ന ഭീകരത. അപ്പോൾ നക്ഷത്രത്തിനുപോലുമില്ല അനക്കം. പരിസരമാകെ നിശ്ശബ്ദത.

പുലരാറാകുമ്പോൾ അന്തരീക്ഷം പ്രസന്നമാകുന്നു. കിളികളുടെ കളകളനാദവും കുളിർകാറ്റും അയാളുടെ ഉള്ളു കുളിർപ്പിച്ചു. അവളും കട്ടിലിൽ ഉറക്കംവരാതെ തിരിഞ്ഞും മറിഞ്ഞും കിടക്കുന്നത് അയാൾ അറിയാറുണ്ട്. അവളോടെന്തെങ്കിലും ഉരിയാടാനും അവളെ മാറോടണച്ച് ആകാശം നോക്കിയിരിക്കാനും അയാൾ കൊതിച്ചിട്ടുണ്ട്. പക്ഷേ, അവളുടെ അടുത്തുചെല്ലുമ്പോൾ അയാൾക്കാകെ മരവിപ്പാണ്. നാലുമണിക്ക് അവളെണീറ്റ് അടുക്കളയിലേക്ക് പോകുമ്പോഴാണ് അയാൾ കിടക്കുക. എട്ടുമണിവരെ കൂർക്കം വലിച്ചുറങ്ങുകയും ചെയ്യും.

ഒരിക്കൽ സഹിക്കാൻകഴിയാതെ അയാൾ അവളെ വീട്ടിൽ കൊണ്ടു ചെന്നാക്കി. തിരിച്ചുപോരുമ്പോൾ പറഞ്ഞു:

"നീ കൊറച്ചുദിവസം ഇവിടെ നിന്നോ, എനിക്കൊരിടം വരെ പോകാനുണ്ട്."

അവൾ തലയാട്ടിയതല്ലാതെ ഒന്നും ചോദിച്ചില്ല. നിങ്ങൾ എവിടെ പോണു? എന്തിനു പോണു? എപ്പോൾ വരും? ഞാനും കൂടെ പോരട്ടെ? അങ്ങനെ അവൾ ചോദിച്ചെങ്കിൽ! അയാൾ ആശിച്ചു.

ഭാരം ഇറക്കിവെച്ച സന്തോഷത്തോടെയായിരുന്നു അയാൾ വീട്ടിൽ തിരിച്ചെത്തിയത്. മൂളിപ്പാട്ടു പാടാനും തുള്ളിച്ചാടാനും തോന്നി. പൂർണ സ്വതന്ത്രനായതുപോലെ. ബാക്കിജീവിതം ഒറ്റയ്ക്ക്. മനസിൽ തീരുമാനിക്കുകയും ചെയ്തു. പക്ഷേ, സന്ധ്യകഴിഞ്ഞതോടെ ഒരുതരം ഭയം അയാളെ പിടികൂടി. സഹിക്കാൻ കഴിയാത്ത ഏകാന്തത. അവളില്ലാത്ത വീട് മരുഭൂമിപോലെ ശൂന്യമായിത്തോന്നി. രാത്രി സ്വസ്ഥമായി ഉറങ്ങണമെന്നുണ്ടായിരുന്നു. കട്ടിലിൽ ഒഴിഞ്ഞുകിടന്ന ഇടം അയാളെ അസ്വസ്ഥനാക്കി. കണ്ണൊന്നടഞ്ഞപ്പോൾ ഭീകരസ്വപ്നങ്ങൾ കണ്ട് ഞെട്ടിയുണർന്നു. ഇരിക്കാനും നിൽക്കാനും കഴിയാത്ത അവസ്ഥ. ആകെ പരവശത. അയാൾ മുറിയിൽ അങ്ങോട്ടുമിങ്ങോട്ടും നടന്ന് നേരം വെളുപ്പിച്ചു. കാലത്ത് ഓഫീസിൽ പോകാൻപോലും തോന്നിയില്ല. രണ്ടു ദിവസത്തിലധികം പിടിച്ചുനിൽക്കാൻ അയാൾക്കായില്ല.

മൂന്നാംദിവസം പുലർച്ചെ അയാൾ അവളുടെ വീട്ടുമുറ്റത്തെത്തി. അയാളെ പ്രതീക്ഷിച്ചെന്നോണം അവൾ ഉമ്മറത്തിണ്ണയിൽ ഇരിക്കുന്നുണ്ടായിരുന്നു. അയാളെ കണ്ടതും ബാഗുംതൂക്കി ഇറങ്ങിവന്നു. അപ്പോഴാണ് അയാൾ അവളുടെ മുഖം ശ്രദ്ധിച്ചത്. അവളും ആകെ പരവശയായിരുന്നു. പാറിപ്പറന്ന തലമുടി, മുഷിഞ്ഞ വേഷം, കുഴിയിലാണ്ട കണ്ണുകൾ.

"ആ സാരി ഒന്നു മാറീട്ട് പോ കുട്ട്യേ. നീ പോയേപ്പിന്നെ പെണ്ണിന് രാത്രീല് ഉറക്കമില്ല. നേരെ ചൊവ്വേ ഒന്നും തിന്നാറുംകൂടിയില്ല. ഞാൻ നിർബന്ധിക്കുമ്പോഴാ കുളിക്കുന്നത്. ഇവളിങ്ങനെ കുട്ട്യോളെപ്പോലെ തുടങ്ങ്യാ എന്താ ചെയ്യാ? ആപ്പീസുകാര്യങ്ങൾക്ക് നിനക്ക് പോകാണ്ടിരിക്കാൻ പറ്റ്വോ?"

അവളുടെ അമ്മ പറഞ്ഞതുകേട്ട് അയാൾക്കു കുറ്റബോധം തോന്നി. അവളുടെ മുഖം കണ്ടതോടെ വിഷമം ഏറി. വീട്ടിലെത്തിയാലുടൻ അവൾ തന്റെ മാറിൽ വീണ് തേങ്ങിക്കരയുമെന്നാണ് അയാൾ കരുതിയത്. പക്ഷേ, വീട്ടിൽ വന്നു കയറിയതും അവൾ അടുക്കളയിലേക്കു പോയി. തിരക്കിട്ട പണി. മറ്റൊരാൾകൂടി ആ വീട്ടിലുണ്ടെന്ന ഭാവമേയില്ല. ഊണ് തയാറായപ്പോൾ അയാളെ ഉണ്ണാൻ വിളിച്ചു. അടുത്തുനിന്ന് ഊട്ടി. കറിക്ക് ഉപ്പ് കുറവുണ്ടോ എരിവ് കൂടിപ്പോയോ എന്നെല്ലാമുള്ള പതിവ് ചോദ്യങ്ങളും.

"എന്താ ഇങ്ങനെ സൂക്ഷിച്ചുനോക്കുന്നത്? ഇതുവരെ കാണാത്തതുപോലെ?"

അവളുടെ ചോദ്യംകേട്ട് അയാൾ ഞെട്ടി. ചുറ്റും നോക്കി. അടുത്ത് വേറെയാരുമില്ല. അവളുടെ മുഖത്ത് നാണം. അയാൾക്ക് സംഭ്രമമായി.

"ഇനി നോക്കീട്ടെന്താ കാര്യം. ഞാൻ പോവ്വായില്ലേ. ഉണ്ണിക്കുട്ടനെ നല്ലോണം നോക്കിക്കോളണേ."

കൊല്ലങ്ങൾക്കു മുമ്പ് മരിച്ചുപോയ അവരുടെ മകനാണ് ഉണ്ണിക്കുട്ടൻ. പ്രസവിച്ച് ഒരാഴ്ച തികയുന്നതിനുമുമ്പ് അവൻ മരിച്ചു. അന്ന് അവളുടെ കണ്ണിൽനിന്ന് ഒരുതുള്ളി കണ്ണീർപോലും വീണില്ല. അവൾ ഒരേ കിടപ്പായിരുന്നു. അയാളാണ് കരഞ്ഞു ബഹളംവെച്ചത്. ഉണ്ണിക്കുട്ടൻ അവർ തമ്മിലുള്ള വിടവ് നികത്തുമെന്നും ജീവിതം സന്തുഷ്ടമാക്കുമെന്നും അയാൾ സ്വപ്നം കണ്ടിരുന്നു. അവൻ പോയപ്പോൾ അയാൾക്ക് തീരാത്ത നഷ്ടബോധം തോന്നി. അവളാകട്ടെ പതിവുപോലെ വീട്ടുജോലികൾ ചെയ്തു. ഉണ്ണിക്കുട്ടനെക്കുറിച്ച് അയാളോടുപോലും ഒരക്ഷരം മിണ്ടിയില്ല. ഇന്നിപ്പോൾ എങ്ങനെ ഉണ്ണിക്കുട്ടനെ ഓർമവന്നു?

"മിനീ എണീക്ക്. കണ്ണുതുറക്ക്. ഇത് ഞാനാ."

അയാൾ ആശയോടെ വിളിച്ചു. അതുകേട്ട് ആരോ അടുത്തുവന്ന് അയാളുടെ തോളിൽ കൈവച്ചു. അയാളുടെ അനിയത്തി പറഞ്ഞു:

"ഏട്ടൻ ഇവിടെത്തന്നെ ഇങ്ങനെ ഇരിക്കാതെ അകത്തുചെന്ന് കുറച്ചുനേരം കിടക്ക്. പാതിരാത്രി തുടങ്ങിയ ഇരിപ്പല്ലേ?" അയാളതു ശ്രദ്ധി

ച്ചേയില്ല. അയാളുടെ ഭാര്യയുടെ മുഖത്തുതന്നെ നോക്കിയിരുന്നു. അവളുടെ മുഖത്ത് നാണം കലർന്ന പുഞ്ചിരി.

"അപ്പോ ചേട്ടന് എന്നോട് ഇഷ്ടക്കുറവില്ല അല്ലേ? പിന്നെ എന്തേ ഇതുവരെ ഇങ്ങനെ....."

"നീയല്ലേ എന്നോട്.... സാരമില്ല... എണീറ്റുവാ....."

"ഞാൻ വരണില്ല. വന്നില്ലെങ്കിലെന്താ? എന്നോട് വെറുപ്പല്ലേ? അതല്ലേ രാത്രിമുഴുവൻ ഉറക്കമിളച്ച് ആകാശം നോക്കിയിരിക്കുന്നത്? രാവേറെ ചെല്ലുന്നതുവരെ കടപ്പുറത്തു ചെന്നിരിക്കുന്നത്? ഹോട്ടലിൽനിന്ന് ഊണുകഴിക്കുന്നത്? അടുത്തിരുന്നാലും എന്നെ കാണാത്തത്."

എന്തുകൊണ്ട് ഇതൊന്നും നേരത്തേ പറഞ്ഞില്ല. ഒരുവാക്ക് ഉരിയാടിയിരുന്നെങ്കിൽ! പിണങ്ങിയിരുന്നെങ്കിൽ! വഴക്കുകൂടിയിരുന്നെങ്കിൽ! കടപ്പുറത്ത് കൂടെപ്പോരാൻ ശാഠ്യം പിടിച്ചിരുന്നെങ്കിൽ! കടപ്പുറത്ത് ചെന്നിരിക്കുമ്പോൾ അവളും അടുത്തുണ്ടാവുക! നിലാവിൽക്കുളിച്ച കടപ്പുറത്ത് അവളുടെ കൈയിൽ കൈകോർത്ത് നടക്കാൻ എന്തു രസമായിരിക്കും?

"എന്താ ആലോചിക്കുന്നത്?" അവൾ ചോദിക്കുന്നു.

"നീയെന്താ ഇതൊന്നും എന്നോടിതുവരെ പറയാതിരുന്നത്?"

അയാൾ മനസിൽ ചോദിച്ചു. അതു മനസിലാക്കിയിട്ടെന്നോണം അവൾ പറഞ്ഞു.

"മുഖം കാണുമ്പോൾ, അടുത്തുവരുമ്പോൾ, എനിക്കൊന്നും ചോദിക്കാനും പറയാനും കഴിയാറില്ല. എന്റെ ദേഹം തളരും. രാത്രിയിൽ മിക്ക ദിവസവും ഞാൻ ഉറങ്ങാറില്ല. പെരുവിരൽ മുതൽ നെറുകവരെ എനിക്ക് വേദനയാണ്. തലയ്ക്കകം ചുട്ടുപഴുക്കുന്നതുപോലെ. ശരീരം വിറയ്ക്കും, എന്താ അസുഖമെന്ന് എന്നോടിതുവരെ ചോദിച്ചില്ലല്ലോ. എനിക്കു വയ്യാന്ന് ഞാൻ പറഞ്ഞപ്പോ കേട്ടമട്ടുപോലും കാണിച്ചില്ല. എല്ലാ വേദനയും തീർന്നു..... സുഖം..... പരമസുഖം."

അവളുടെ വാക്കുകൾ അയാളുടെ മനസിൽ തീയ് കോരിയിട്ടു. നേരായിരുന്നോ? അവൾ തികച്ചും അവശയായിരുന്നോ? നുണ... കല്ലുവെച്ച നുണ. അയാൾ മന്ത്രിച്ചു.

"എന്തുകൊണ്ട് നേരത്തേ പറഞ്ഞില്ല? ഇപ്പോഴെന്തിനു പറഞ്ഞു? എന്റെ മനസ്സ് ചുട്ടുനീറുന്നു."

അയാൾ അവളുടെ മുഖത്തേക്ക് സൂക്ഷിച്ചുനോക്കി. പുഞ്ചിരിയില്ല. നിസ്സംഗതമാത്രം. അയാളെ തോൽപ്പിച്ച ഭാവം. അതയാൾക്ക് സഹിക്കാനായില്ല. അയാൾ എണീറ്റ് പുറത്തേക്ക് നടന്നു.

"മോനേ, നീ എവിടെപ്പോണ്? ഇപ്പോ ഈ നേരത്ത്?"

പിറകിൽനിന്ന് പലരും വിളിക്കുന്നുണ്ടായിരുന്നു. അയാൾ ശ്രദ്ധിച്ചില്ല. നടന്നു. പലരും തടയാൻ ശ്രമിച്ചു. എല്ലാവരെയും തട്ടിമാറ്റി അയാൾ നടന്നു.

കെട്ട്യോൻ

ചെറ്റപ്പുരയുടെ മുറ്റത്തിരുന്ന് ഓല മെടയുന്ന പാത്തുമ്മയുടെ ചങ്കിൽ തീയായിരുന്നു. കഴിഞ്ഞകൊല്ലം പുര കെട്ടിമേഞ്ഞിട്ടില്ല. മഴപെയ്താൽ വെള്ളംമുഴുവൻ അകത്താണ്. മുളന്തൂണിൽ ഉറപ്പിച്ച പുര. ചുറ്റും ഓലച്ചെറ്റ. ഇരുപത് കൊല്ലം വിചാരിച്ചിട്ടും നാല് കൽത്തൂണ് കെട്ടാൻ കഴിഞ്ഞിട്ടില്ല. ഒന്നുമാന്തിയാൽ ആർക്കുവേണമെങ്കിലും അകത്ത് കയറാം. പ്രായംതികഞ്ഞ പെണ്ണിനെയുംകൊണ്ട് ഇതിനകത്ത് കഴിഞ്ഞുകൂടുന്നതിന്റെ ഉള്ളുനീറ്റം തനിക്കുമാത്രമേ അറിയൂ. എല്ലാം പടച്ചവനെ കൈയേൽപ്പിച്ചിരിക്കുന്നു.

കുട്ടികളുടെ ബാപ്പ കൂടെ ഉണ്ടായിരുന്ന കാലത്ത് ഒരു പേടിയും ഇല്ലായിരുന്നു. അയാളെ പേടിച്ച് ഈ മുറ്റത്തുപോലും ആരും കയറില്ല. വട്ടക്കാരുമായി എന്നും വഴക്കും പുക്കാറും. ആരെയും വകവയ്ക്കില്ല. മെയ്യനങ്ങി ഒന്നും ചെയ്യില്ല. തനിക്ക് ചവിട്ടും തൊഴിയും കിട്ടാത്ത ദിവസമില്ല. എന്നാലും അന്തിയാകുമ്പോൾ അരിയും മീനും വീട്ടിലെത്തിക്കും. ആരെയെങ്കിലും പറ്റിച്ചോ കളവ് പറഞ്ഞോ അക്കാര്യം സാധിക്കും. ഭാര്യ ദീനം പിടിച്ച് ആസ്പത്രിയിലാണ്. മരുന്നുവാങ്ങാൻ വഴിയില്ല. മരുന്നുകുത്തിവച്ചില്ലെങ്കിൽ ചത്തുപോകും. അങ്ങനെ എന്തെങ്കിലും തട്ടിപ്പുപറഞ്ഞ് അരിക്കുള്ള വകയുണ്ടാക്കും. കണ്ടവരുടെ വാഴക്കുല വെട്ടാനും കക്കാനും മടിയുമില്ല. എത്ര പോക്കിരിയാണെങ്കിലും വീടിന് നാഥനുണ്ടായിരുന്നു. പക്ഷേ, മനുഷ്യന്റെ തലതിരിഞ്ഞുപോയാൽ എന്തുചെയ്യും? വയസുകാലത്താണ് തന്തയ്ക്ക് കാമപ്പിരാന്ത് ഇളകിയത്. മോളെക്കാൾ രണ്ടോ മൂന്നോ വയസിന് മൂപ്പുള്ള പെണ്ണിനെ ചെന്ന് കല്യാണം കഴിച്ചിരിക്കുന്നു! ആ കൊരണ്ടിക്ക് പെണ്ണിനെ കെട്ടിച്ചുകൊടുത്ത തന്തക്കിളവനെ വേണം തച്ചുകൊല്ലാൻ! പാത്തുമ്മയ്ക്ക് സങ്കടം വന്ന് മുട്ടി.

ഇരുപതു സെന്റ് സ്ഥലവും ഈ ചെറ്റപ്പുരയും ഇല്ലായിരുന്നെങ്കിൽ എന്തായിരിക്കും തന്റെയും മക്കളുടെയും സ്ഥിതി? ബാപ്പ സ്ത്രീധനമായി തന്നതാണ്. അതും അയാളുടെ പേരിലാക്കിക്കൊടുക്കാൻ കുറേ മിനക്കെട്ടതാണ്. പിരിശത്തിലും അരിശത്തിലും പറഞ്ഞുനോക്കി. താൻ കേട്ടില്ല. അവസാനം പിണങ്ങിപ്പോകാനുള്ള കാരണവും അതുതന്നെ. പ്രായം തികഞ്ഞ രണ്ടു പെൺമക്കളും; ഒരു ചെക്കനും ഇരുപതുകൊല്ലം കൂടെ പൊറുത്തതിന്റെ നേട്ടം. ഇപ്പോൾ സുഖക്കേടും പിടിച്ചു. മനസിനാണ് ആധി. പെൺമക്കളെ എങ്ങനെ പറഞ്ഞയക്കും? ആലോചിക്കുന്തോറും മനസ്സ് നീറിപ്പുകയും.

രണ്ടാമത്തെ മകൾ മൂന്നുകൊല്ലമായി കുറച്ചകലെയുള്ള ഒരു വീട്ടിൽ പണിക്ക് നിൽക്കുകയാണ്. അവൾക്കവിടെ ഒന്നിനും കുറവില്ല. നല്ല ആൾക്കാരാണ്. നല്ല ഉടുപ്പുകൾ എടുത്തുകൊടുക്കും. ശമ്പളം കൂട്ടിവെച്ച് പൊന്നെന്തെങ്കിലും ഉണ്ടാക്കിക്കൊടുക്കാമെന്നും പറഞ്ഞിട്ടുണ്ട്. അവളുടെ ശമ്പളം വാങ്ങാതിരിക്കാൻ ആവതും ശ്രമിക്കാറുണ്ട്. പക്ഷേ, ഇക്കൊല്ലം പുര കെട്ടണമെങ്കിൽ അവിടെച്ചെന്ന് നൂറുറുപ്പിക വാങ്ങാതെ തരമില്ല. ബുദ്ധിയുറച്ചതുമുതൽ അവൾ കണ്ടവരുടെ എച്ചിൽപ്പാത്രം കഴുകുന്നു. ബാപ്പ ഇവിടെയുള്ള കാലത്ത് മാസത്തിൽ രണ്ടുപ്രാവശ്യം ചെന്ന് അവളുടെ ശമ്പളം വാങ്ങിക്കൊണ്ട് വരും. മൂത്തവളെയും ഒരു വീട്ടിൽ നിർത്തിയിരുന്നു. മാസംതോറും ബാപ്പചെന്ന് ശമ്പളം വാങ്ങാൻ തുടങ്ങിയതോടെ അവൾ പോക്ക് നിർത്തി. ഇപ്പോൾ അടുത്തുള്ള വീടുകളിൽച്ചെന്ന് എന്തെങ്കിലും ചെയ്തു കൊടുക്കും. ചിലപ്പോൾ കൂലിപ്പണിക്കു പോകും. അവളുടെ ചെലവിനുള്ളത് എങ്ങനെയെങ്കിലും ഉണ്ടാക്കും. ചെക്കൻ ബാപ്പയെപ്പോലെ തലതിരിഞ്ഞതാണ്. ഓത്തിനും എഴുത്തിനും പോവില്ല. കണ്ടവരുടെ മാവിന് കല്ലെറിഞ്ഞും അടിപിടിയുണ്ടാക്കിയും നടക്കും. വൈകുന്നേരം വീട്ടിൽ വന്നാൽ മൂക്കുമുട്ടെ തിന്നണം. വീട്ടിൽ വെക്കാത്തതും വിളമ്പാത്തതും അവന് നോട്ടമില്ല. കഴിഞ്ഞമാസം ബാപ്പ വന്നപ്പോൾ ചക്കരവാക്കു പറഞ്ഞിട്ട് കൂട്ടിക്കൊണ്ടുപോയി. എവിടെയെങ്കിലും പണിക്ക് നിർത്തി ശമ്പളം വാങ്ങാനായിരിക്കും. ചെക്കൻ ഒരുമാസം തികച്ച് നിൽക്കുമെന്നു തോന്നുന്നില്ല.

മാണിക്യം വീട്ടിലെ മുതലാളിച്ചിയുടെ കൈയും കാലും പിടിച്ചുകിട്ടിയ ഓലയാണ്. കുറച്ചുകാലമായി താൻ അവിടെയാണ് പണിക്ക് പോകുന്നത്. രാവിലെ ചെന്നാൽ വൈകുന്നേരം നാലുമണി ആയാലേ ഒന്ന് നടുനിവർക്കാൻ പറ്റൂ. ഉച്ചയ്ക്ക് വയറ് നിറയെ ചോറ് കിട്ടും. ബാക്കിയുള്ള പൊട്ടും പൊടിയുമൊക്കെ വൈകുന്നേരം വീട്ടിലേക്ക് കൊണ്ടുവരാം. എങ്ങനെയൊക്കെയോ തട്ടിയും മുട്ടിയും കഴിയുന്നു. ഓല തന്നപ്പോഴേ മുതലാളിച്ചി പറഞ്ഞിരുന്നു:

"ഇനി ഓലമെടയാനെന്നും പറഞ്ഞ് കുടീല് കുത്തിരിക്കണ്ട."

"ഞാൻ രാത്തിരി കുത്തിരുന്ന് മൊടഞ്ഞോളാം."

രാത്രി ഇരുന്നിട്ടും തീരുന്നില്ല.

വിളക്ക് കത്തിക്കാൻ മണ്ണെണ്ണയുമില്ല. കഴിഞ്ഞ മാസത്തെ മണ്ണെണ്ണ അടുത്ത വീട്ടിലെ ആലിക്കുട്ടിക്കാക്ക് കൊടുത്താണ്, അരിവാങ്ങാനുള്ള കാശുണ്ടാക്കിയത്. ഇന്ന് നബീസയെ അങ്ങോട്ട് പറഞ്ഞയച്ചിരിക്കയാണ്. രണ്ടു ദിവസംകൊണ്ട് ഓലപ്പണി തീർക്കണം. നാളെ പുലർച്ചെ ജമീല പാർക്കുന്ന വീട്ടിൽ പോണം. അവളെ വിളിച്ചുകൊണ്ടുവന്ന് രണ്ടു ദിവസം താമസിപ്പിക്കണം. അവൾക്കവിടെ ഒന്നിനും കുറവില്ല. എന്നാലും, അവനവന്റെ വീട്ടിൽ ഒരന്തി പാർക്കാൻ ആശയില്ലാണ്ടിരിക്ക്വോ?

കഴിഞ്ഞാഴ്ച മുതലാളിച്ചിയുടെ മോൻ മദിരാശീന്ന് വന്നപ്പോൾ പത്തുറുപ്പിക തന്നിരുന്നു. അതിന് റേഷൻ പച്ചരി വാങ്ങിവെച്ചിട്ടുണ്ട്. അരക്കിലോ വെല്ലം വാങ്ങി അവൾക്ക് കലത്തപ്പം ചുട്ടുകൊടുക്കണം. പുര കെട്ടുന്ന സമയത്ത് അവളും കൂടെയുണ്ടെങ്കിൽ ഒരു സഹായമാണ്. പുരപ്പുറത്ത് കയറി ഓല മേയാൻ മാത്രം ആളെ വിളിച്ചാൽ മതി. അയ്യപ്പനോടും ചാമിയോടും പറഞ്ഞുവെച്ചിട്ടുണ്ട്. അവരാകുമ്പോൾ തന്നോട് കണക്കൊന്നും പറയില്ല. ഇതൊന്ന് കെട്ടിക്കഴിഞ്ഞാൽ സമാധാനമാകുമായിരുന്നു. ഇടവം പിറന്നു. എപ്പഴാ മഴചൊരിയുന്നതെന്ന് അറിയില്ല.

ഇരുന്നിരുന്ന് നടു വേദനിച്ചു. ഉച്ചയ്ക്ക് ഒന്നും കഴിക്കാത്തതുകൊണ്ട് തല ചുറ്റുന്നു. നബീസ വരുമ്പോൾ എന്തെങ്കിലും കൊണ്ടുവരാതിരിക്കില്ല. നബീസയെ പറഞ്ഞയച്ചത് മുതലാളിച്ചിക്ക് പിടിച്ചിരിക്കില്ല. അവൾ തന്നെപ്പോലെ കണ്ടറിഞ്ഞ് പണി എടുക്കില്ല. എണ്ണിക്കണക്കാക്കിയേ എന്തും ചെയ്യൂ. കൂലിക്കനുസരിച്ച് പണി എടുത്താ മതിയെന്നാ അവൾ പറയുന്നത്. പുരകെട്ട് കഴിഞ്ഞ് മാണിക്യം വീട്ടിൽ ചെല്ലുമ്പോൾ മൂപ്പത്തിയുടെ മോറും മോന്തയും കാണണം.

കുറച്ച് കടുംചായ ഉണ്ടാക്കി കുടിച്ചാൽ തലക്കുത്ത് അടങ്ങും. ഊരയ്ക്ക് കൈയും കൊടുത്ത് പതുക്കെ എണീറ്റു. അപ്പോഴാണ് കുണ്ടനിടവഴിയിൽ കൂടെ ആരോ വരുന്നത് കണ്ടത്. കെട്ടും മാറാപ്പുമായി ഒരാൾ മുന്നിൽ. പിന്നിലും ആരോ ഉണ്ട്. സ്ത്രീയാണെന്ന് തോന്നുന്നു. ആയിശുവിന്റെ മോളും പുതിയാപ്ലയും വിരുന്നിന് വരുന്നതായിരിക്കും. ഇങ്ങോട്ടാരു വരാനാണ്? അകത്തേക്ക് കയറുന്നതിനു മുമ്പ് ഒന്നുകൂടി നോക്കി. റബ്ബേ, കുട്ടികളുടെ ബാപ്പ! കൂടെ പുതിയ പെണ്ണും!

തലയിലിരുന്ന മാറാപ്പു തിണ്ണയിലിറക്കി തന്നോടായി പറഞ്ഞു:

"ഒരു ഗ്ലാസ് വെള്ളം കാട്ടിക്കാ. എന്താ ചൂട്."

നിന്നടത്തുനിന്ന് അനങ്ങാൻ കഴിഞ്ഞില്ല. പെണ്ണിന്റെ തലയിലുമുണ്ട് വലിയ തുണിക്കെട്ട്. അയാൾ അതുംപിടിച്ച് താഴെയിറക്കി. പെണ്ണ് നടന്ന് വശം കെട്ടിരുന്നു. അവളുടെ മുഖത്ത് നോക്കാൻ കഴിഞ്ഞില്ല. അവൾക്ക് സ്ത്രീധനമായി രണ്ടുസെന്റ് സ്ഥലവും ഒരു കൂരയും കൊടുത്തിരുന്നുവെന്നും അത് അയാൾ വിറ്റുവെന്നും കഴിഞ്ഞാഴ്ച ആരോ പറഞ്ഞിരുന്നു. അതും വിറ്റ് ഇവിടെ പൊറുക്കാൻ വന്നിരിക്കയാണ്. ഇനിയെന്തു ചെയ്യും? എന്തു ചെയ്യണമെന്നറിയാതെ മിഴിച്ചു.

"ഇയ്യെന്താ മിയിച്ച് നോക്കണ്? ഒരു ഗ്ലാസ് വെള്ളം കാട്ടിക്കാ. ഇപ്പെണ്ണിനെ ബന്ന കാലുമ്മല് നിർത്താതെ അവുത്തേക്ക് ബിളിച്ചോ."

അപ്പോഴേക്കും എവിടന്നോ വിവരം കേട്ടറിഞ്ഞ് നബീസ ഈറ്റപ്പുലിയെപ്പോലെ പാഞ്ഞെത്തി. കോലായിൽ കിടന്ന അരിവാളെടുത്ത് കൈയിൽ പിടിച്ച് അലറി:

"തന്തക്കിളവാ, പുത്തൻപെണ്ണിനേയുംകൊണ്ട് വിരുന്ന് പാർക്കാൻ വന്നതാ? ഇപ്പം പായ വിരിച്ച് അവുത്തിരുത്തി തക്കരിക്കാം. ഇങ്ങക്ക് ഉളുപ്പുണ്ടോന്ന്?"

"ഇയ്യാരടി ഇന്നെ പടിപ്പിക്കാൻ? അന്റെ ഉമ്മ പറയട്ടെ ഇന്നോട് ഇവുടെ കയറണ്ടാന്ന്."

"ഉമ്മ പറയൂലാ. ഉമ്മക്ക് ബായില് നാവില്ലാഞ്ഞിട്ടല്ലേ ഇന്നീ ഗതിവന്നത്? ഇനി ഇങ്ങളെ ഞാനിതിന്റെ അവുത്ത് കേറ്റൂല. ബന്ന കാലാലെ പോയ്ക്കോളീ."

അപ്പോഴേക്കും വട്ടക്കാരൊക്കെ കേട്ടറിഞ്ഞ് വന്നു. പലരും പലതും പറഞ്ഞു. ചിലർ നബീസയെ ഉപദേശിക്കാനും തുടങ്ങി:

"മോളെ, ഓൻ അന്റെ ബാപ്പയല്ലേ? അന്നെ കെട്ടിക്കണേങ്കി ഓൻ തന്നെ കയ്യ് കൊടുക്കണ്ടേ? ബായിൽ കൊള്ളാത്തതൊന്നും പറേല്ലേ."

"ഇങ്ങള് മുണ്ടാതിരുന്നോളി. ഞാൻ രയിസ്ത്രറ് കല്യാണം കയിച്ചോളാം."

"എടീ നാവടക്കീലെങ്കിൽ അന്നെ ഞാൻ അറുത്താളും. ഞാൻ പെണ്ണ് ബേറെ കെട്ടീത് നേരാ. പക്കേങ്കില് അന്റെ ഉമ്മാനെ ഞാൻ മൊയി ചൊല്ലീക്കില്ല. ഓളിപ്പളും എന്റെ ബീടര് തന്നെ. രണ്ടിനേം ഞാൻ കൊല്ലും."

"ഇബിടന്ന് ഇറങ്ങുമ്പം ആലോയിക്കണ്ടീനും അക്കാര്യം. ഇന്നേം ഇന്റെ ഉമ്മാനേം തൊട്ടാൽ ഞാൻ രണ്ടിനേം ബെട്ടും."

നബീസയുടെ നിൽപ്പ് കണ്ട് ഉള്ളു കാളി. അപ്പോഴേക്ക് വട്ടക്കാരിൽ ചിലരെല്ലാം കുട്ടികളുടെ ബാപ്പയ്ക്ക് എതിരായി. നിവൃത്തിയില്ലാതായപ്പോൾ അയാൾ കെട്ടും മാറാപ്പും തലയിലേറ്റി പെണ്ണിനേയും വിളിച്ച് നടന്നുതുടങ്ങി. തലയും കുനിച്ചുള്ള പെണ്ണിന്റെ പോക്ക് കണ്ടപ്പോൾ ചങ്ക് പൊട്ടി. തന്റെ മോൾക്ക് ഈ ഗതിവന്നാലോ? റബ്ബേ ഞാനെന്താണ് ചെയ്യേണ്ടത്? മനസ്സ് തേങ്ങി. പിറകേ ചെന്ന് വിളിക്കാൻ തോന്നി. പക്ഷേ, കാല് നീങ്ങുന്നില്ല.

നബീസ അപ്പോഴും കൈയും കലാശവും കാട്ടി ചുറ്റും നിൽക്കുന്നവരോട് പ്രസംഗിക്കുകയാണ്. അതുവരെ അടക്കിവെച്ചിരുന്ന അരിശം മുഴുവൻ അവളോട് തീർത്തു.

"മതിയാക്കെടീ അന്റെ പെരസംഗം."

സാക്ഷരത

കടപ്പുറത്തെ ആരാവാരം കേട്ടാണ് മമ്മത് ഉണർന്നത്. നേരം പരപരാ വെളുത്തിരിക്കുന്നു. ഇനി ചെന്നാൽ മീനെന്തെങ്കിലും കിട്ടുമോന്ന് കണ്ടുതന്നെ അറിയണം. നൂറ്റമ്പത് ഉറുപ്പികയാണ് ആകെ കൈയിലുള്ളത്. ഇന്നലെ കച്ചവടം കഴിഞ്ഞുവന്ന് കണക്കു നോക്കിയപ്പോൾ ഇരുപത്തിയഞ്ച് ഉറുപ്പികയാണ് ഒട്ടാകെ ലാഭം. വീട്ടിൽ വന്നപ്പോൾ ഇളയ ചെക്കന് തൊട്ടാൽ പൊള്ളുന്ന പനി. തൊട്ടടുത്തുതന്നെയുള്ള ഡോക്ടർ സലാമിന്റെ ക്ലിനിക്കിൽ കൊണ്ടുചെന്നു കാണിച്ചു. മരുന്നും ഫീസുമടക്കം ഉറുപ്പിക ഇരുപത്തിയഞ്ചായി. വീട്ടിലാണെങ്കിൽ ഒരുമണി അരിയില്ല. അരിയും മറ്റു സാധനങ്ങളും വാങ്ങാൻ മുതലിൽനിന്നു പണം എടുക്കേണ്ടിവന്നു. ഇന്നത്തെ ഹാല് എന്താണാവോ?

ആമിന നേരത്തേ എണീറ്റ് പോയിരിക്കുന്നു. മക്കൾ മൂന്നുപേരും ചാളയിൽ അവിടവിടെയായി കിടന്നുറങ്ങുന്നു. ഇളയവന്റെ നെറ്റി തൊട്ടുനോക്കി, പനി കുറവുണ്ട്. ഓലച്ചെറ്റയിൽക്കൂടി ഉപ്പുകാറ്റ് അകത്തേക്ക് അടിച്ചു കയറി. പഴന്തുണിയെടുത്ത് മോനെ പുതപ്പിച്ചു. ഓലച്ചെറ്റ മാറ്റി പലക അടിക്കണമെന്ന് ഏറെ നാളായി വിചാരിക്കുന്നു. മകൾക്ക് വയസ്സ് പത്തു കഴിഞ്ഞു. വീട്ടിനടച്ചുറപ്പില്ലാത്തതു കാരണം മനസിന് സമാധാനമില്ല. രണ്ടു കൊല്ലമായി ഇവിടെ താമസം തുടങ്ങിയിട്ട്. ആമിനയുടെ കാതിലെ പറ്റും തൂക്കിയും വിറ്റുകിട്ടിയ പണംകൊണ്ടാണ് സ്ഥലം വാങ്ങിയത്. കടംവാങ്ങിയും ഉള്ളതെല്ലാം വിറ്റുപെറുക്കിയും ഒരു ചെറ്റയും കുത്തി. അതൊന്ന് നന്നാക്കാൻ ഇതുവരെ കഴിഞ്ഞില്ല.

ആലോചിച്ച് നിന്നാൽ പറ്റില്ല. അടുക്കളമുറ്റത്തെ കലത്തിൽനിന്ന് വെള്ളമെടുത്ത് പല്ലുതേച്ച് മുഖം കഴുകി. അയയിൽ കിടന്ന കീറത്തോർത്തുകൊണ്ട് മുഖം തുടച്ചു. വീട്ടിനകത്ത് വെച്ചിരുന്ന സൈക്കിൾ പുറ

ത്തെടുത്ത് മീൻകുട്ട കാരിയറിൽ വച്ചുകെട്ടി. സൈക്കിൾ പഴകി പൊളിഞ്ഞിരിക്കുന്നു. ബ്രേക്ക് തീരെയില്ല. എന്നാണ് വണ്ടിക്കടിയിൽ പെടുന്നതെന്നറിയില്ല. ബാപ്പ ഉപ്പാപ്പമാരുടെ കാലത്തേ തന്റെ വീട്ടുകാർക്ക് മീൻകച്ചവടമാണ്. ബാപ്പ മീൻകുട്ട തലയിലേറ്റി നടന്നാണ് കച്ചവടത്തിന് പോയിരുന്നത്. തനിക്കിപ്പോൾ ഒരു സൈക്കിളെങ്കിലും ഉണ്ട്. അന്നും ഇന്നും ദാരിദ്ര്യം തന്നെ മിച്ചം. വേറൊരു തൊഴിലും അറിയില്ല. അറിയുമായിരുന്നെങ്കിൽ എന്നേ ഈ പണി മതിയാക്കിയേനെ. നേരംവെളുത്ത് ഉച്ചവരെ അലഞ്ഞാലും അരിക്കു കാശ് തികയില്ല.

നേരം വല്ലാതെ വൈകിയിരിക്കുന്നു. വല്ല അയിലയോ മത്തിയോ കിട്ടിയാലായി. സാമിക്കുട്ടി നേരത്തേ ചെന്ന് തന്റെ പതിവു വീടുകളിൽക്കൂടി മീൻകൊടുത്തിട്ടുണ്ടാകും. സാമിക്കുട്ടിക്ക് ലൂനയുണ്ട്. അതുകൊണ്ട് നേരത്തേ എത്താം. താൻ മീനുമായി പോയതുപോലെ തിരിച്ചു വരേണ്ടിവരും. അയിലയും മത്തിയും കാണുമ്പോൾത്തന്നെ ആൾക്കാർക്ക് മടുപ്പാണ്. വിലയാണെങ്കിൽ താങ്ങാൻ പറ്റാത്തതും. മിക്ക ദിവസവും നഷ്ടത്തിലാണ് കച്ചവടം. പതിവുകാരെ മുഷിപ്പിക്കരുതെന്നു കരുതി കിട്ടുന്ന വിലയ്ക്കു കൊടുക്കുന്നു. ഒരുകൊട്ടമത്തിക്ക് നൂറും നൂറ്റമ്പതും ഉറുപ്പിക കൊടുക്കണം. മത്തിക്ക് അൻപത് പൈസവച്ച് കൊടുത്താൽപ്പോലും നഷ്ടം. സാമിക്കുട്ടി തന്നോട് മത്സരിച്ച് വിലകുറച്ച് കൊടുക്കും. അവനു കൊടുക്കാം. അവന്റെ ഏട്ടന് വള്ളവും വലയുമുണ്ട്. അതുകൊണ്ട് കുറഞ്ഞവിലയ്ക്കു മീൻകിട്ടും.

സൈക്കിൾ സ്റ്റാന്റിലിട്ട് അകത്തു കയറി ഷർട്ട് മാറി. അത് നന്നേ പഴകിയിരിക്കുന്നു. ഇക്കൊല്ലം ഒരു പുതിയ ഷർട്ട് വാങ്ങണമെന്ന് കരുതിയതാണ്. പറ്റുമെന്ന് തോന്നുന്നില്ല. സ്ഥിരമായി മീൻകൊടുക്കുന്ന വക്കീൽസാറിന്റെ ഭാര്യയോട് ചോദിച്ചാൽ തരാതിരിക്കില്ല. ചോദിക്കാൻ മടിയാണ്. ആരോടും ഒന്നും ചോദിച്ചു ശീലമില്ല. ഇന്നലെ മീൻവാങ്ങുമ്പോൾ അവർ ഇങ്ങോട്ടു പറഞ്ഞിരുന്നു:

“ഷർട്ട് അവിടവിടെ കീറിയിട്ടുണ്ടല്ലോ മമ്മതേ. സാറിന്റെ ഒരു ഷർട്ട് ഞാൻ നിനക്ക് വാങ്ങിത്തരാം കേട്ടോ.”

മുഷിഞ്ഞ തോർത്തെടുത്ത് തലയിൽക്കെട്ടി. ആമിന എവിടെപ്പോയി? കാണുന്നില്ലല്ലോ. സാധാരണ കച്ചവടത്തിന് പോകുന്നതിനുമുമ്പ് അവൾ ഒരു ഗ്ലാസു കട്ടൻചായ തരാറുണ്ട്. ഇന്നതുമില്ലേ?

“എടീ ആമിനാ, എവിടെപ്പോയി പണ്ടാരടങ്ങി പഹയൻ?”

“ഞാൻ ഇബടെ ഇണ്ടൂന്ന്. ഇതാ ബരണ്.”

അവൾ ചായയുമായി എത്തി. വാങ്ങിക്കുടിച്ചു. മധുരമില്ല. ഒന്നും മിണ്ടിയില്ല. ഇന്നലെ പഞ്ചസാര വാങ്ങാൻ കാശ് തികഞ്ഞില്ല. ആമിന എന്തോ പറയാനുള്ളതുപോലെ മുഖത്തേക്ക് നോക്കി.

“എന്താണ്ടീ, മോത്തേക്കു തുറിച്ചു നോക്കണത്?”

“ഇനിക്കൊരു അഞ്ചുറപ്യമേണം.”

“ഉം?”

"സെലയിറ്റും പൊസ്തകോം മേങ്ങിക്കാനാ."

"ചെക്കനിക്ക് കയിഞ്ഞ ആയ്ച്ച അല്ലേണ്ടി അഞ്ചുറപ്യക്ക് പൊസ്തകം മേങ്ങിക്കൊടുത്തത്?"

"ഇത് ഓനിക്കല്ല. ഇനിക്കാ."

"അനെക്കെന്തിനാണ്ടീ, സെലയിറ്റും പൊസ്തകോം."

"പടിച്ചാനാ."

"അന്നെ ആരാണ്ടീ, ഈ ബയസ്കാലത്ത് ഇഷ്കോളിൽ ചേർത്തത്?"

"ഇങ്ങക്കറിയാഞ്ഞിട്ടാ. ഇപ്പം ഒരു കൂട്ടർ ഇബടെ വന്ന് ഞമ്മളെ പഠിപ്പിക്കുന്നുണ്ട്. ഇച്ചുറ്റുവട്ടത്തുള്ള പെണ്ണുങ്ങളെല്ലാം പഠിച്ചാൻ പോണുണ്ട്. പതിനൊന്ന് മണിയാകുമ്പം ഓല് ബരും. എല്ലാരിക്കും സെലയിറ്റും പൊസ്തകോം ഉണ്ട്. ഇനിക്ക് മാത്തരാ ഇല്ലാത്തത്."

"എടീ, ഇഞ്ഞി ആ നേരംകൊണ്ട് ആ ചെക്കനെ മരിയാദിക്ക് ഇഷ്കോളിൽ അയയ്ക്കാൻ നോക്ക്. ഓനിക്ക് നാലച്ചരം തിരിഞ്ഞാൽ മീനിന്റെ കണക്കെങ്കിലും കൂട്ടാം. നീ പഠിച്ചിട്ടെന്താ കാര്യം?"

"ഓൻ ഇഷ്കോളിൽ പോയിട്ട് പഠിച്ചാലും ഇല്ലെങ്കിലും ജയിക്കും. പഠിച്ചില്ലെങ്കിലും പത്താംക്ലാസുവരെ എത്തുംപോലെ. അതാണോലെ ഇപ്പളത്തെ നെയമം. അതോണ്ട് പഠിക്കാൻ പറഞ്ഞാൽ ഓൻ കൂട്ടാക്കൂല. ഞാൻ പഠിച്ചിട്ട് ഇങ്ങളെ കണക്കൊക്കെ കൂട്ടിത്തരാം. ഇന്നലെ സെലയിറ്റ് ഇല്ലായിറ്റ് അക്കുട്ടി ഇന്റെ കൈപടിച്ച് പൂയിലാ എയ്തിപ്പിച്ചത്."

"ഏത് കുട്ടിയാണ്ടീ അന്റെ കൈപുടിച്ച് എയ്തിപ്പിച്ചത്? ആണോ, പെണ്ണോ?"

"ബാല്യക്കാര് ആങ്കുട്ട്യേളാ എയ്താൻ പഠിപ്പിക്കണെത്."

"ഏത് ബാല്യക്കാരനാണ്ടീ അന്റെ കൈപുടിച്ചത്?"

"ഞമ്മളെ സൈതലവിക്കാന്റെ മോൻ അവറാൻ. ഓന്റെ കൂടെ ബേറേയും രണ്ടുമൂന്ന് കുട്ട്യേളുണ്ടെന്നും."

"ഹറാമ്പറന്നോളെ, ഇപ്പളല്ലേ അന്റെ പടിച്ചാൻ പോവാനുള്ള പൂതി മനസിലായത്. ആണുങ്ങള് കടപ്പുറത്തില്ലാത്ത നേരംനോക്കി കണ്ട ബാല്യക്കാര് വന്ന് പെണ്ണുങ്ങളെ കൈപുടിച്ചും അല്ലേടീ? അന്റെ പടിപ്പു ഞാനിന്ന് നിറുത്തും."

മമ്മതിന് കലികയറി. ആമിനയുടെ ചെപ്പയ്ക്ക് അഞ്ചാറ് കൊടുത്തു. ആഞ്ഞൊരു തള്ളും. എന്നിട്ടും അരിശം തീർന്നില്ല. വീണ്ടും അടിക്കാൻ ചെന്നപ്പോൾ ആമിന തടുത്തുകൊണ്ട് ഉറക്കെ കരഞ്ഞു:

"ഇന്നെ കൊല്ലല്ലേ, ഞാൻ സാച്ചരതക്ക് പോവൂല."

നേർച്ചക്കോഴികൾ

മുന്നിലെ സീറ്റിലിരിക്കുന്ന ചെറുപ്പക്കാരന്റെ നോട്ടത്തിൽനിന്ന് രക്ഷപ്പെടാനായി സൈനബ മുഖം താഴ്ത്തി. സാരിത്തലപ്പ് വലിച്ച് തലയിലിട്ടു. എറികണ്ണിട്ട് നോക്കിയപ്പോൾ അയാളുടെ നോട്ടം മാറത്ത്. ഒരാട്ട് വെച്ചുകൊടുക്കണമെന്നുണ്ടായിരുന്നു. തിരുവനന്തപുരത്ത് വെച്ചായിരുന്നെങ്കിൽ അവൾ കണക്കിനു പറഞ്ഞുകൊടുത്തേനെ. തീവണ്ടിയിൽ കയറി ഇരുന്നതുമുതൽ അവൻ നോക്കി വെള്ളമിറക്കുന്നു. പരിചയമില്ലാത്ത സ്ഥലത്തേക്കുള്ള യാത്ര. കണ്ടവരോട് ഇടഞ്ഞ് വെറുതെ മാനംകെടണ്ട.

"ക്വാഴിക്കോടെത്തിയോ പിള്ളേ?"

അവളുടെ തോളിൽ തല ചായ്ച്ച് മയങ്ങിക്കൊണ്ടിരുന്ന മാമി ചോദിച്ചു.

"എത്തിയില്ല. വയ്യൂട്ടാവും."

സൈനബ പതുക്കെ പറഞ്ഞു.

"എന്തര് പിള്ളേ പറഞ്ഞത്?"

അവർ എഴുന്നേറ്റിരുന്ന് ചോദിച്ചു. പൊട്ടിമാമിക്ക് കേൾക്കണമെങ്കിൽ അലറണം. കൂട്ടിനൊരാളിരിക്കട്ടെ എന്നു കരുതി കൂടെ കൊണ്ടുവന്നതാണ്.

"ക്വാഴിക്കോട്ടെപ്പെഴെത്തുമപ്പീ?"

മുന്നിലിരിക്കുന്ന ചെറുപ്പക്കാരനോടായിരുന്നു മാമിയുടെ അടുത്ത ചോദ്യം.

"വൈകുന്നേരമാവും. അവിടെ ആരാ ഉള്ളത്?"

"എവടെ മാപ്പിളയെ അന്നഴിച്ച്...."

"മാമീ......"

സൈനബ വിരട്ടിയപ്പോൾ അവർ വീണ്ടും അവളുടെ തോളിൽ തല ചായ്ച്ച് മയക്കം തുടങ്ങി.

"നീയീ പൊട്ടിയേയും കൊണ്ടാണോടീ കോഴിക്കോടിന് പോണത്? ലവനെ കണ്ടില്ലെങ്കില് എന്തരാണ് ചെയ്യാൻ കണ്ടിരിക്കണത്? കാലം വല്ലാത്തതാ. സൂക്ഷിച്ചോളണേ."

പുറപ്പെട്ടപ്പോൾ അയലത്തെ ശാരദയക്കൻ താക്കീത് ചെയ്തിരുന്നു.

"നിങ്ങളുടെ ഭർത്താവ് കോഴിക്കോട്ടെവിടെയാ താമസിക്കുന്നത്?"

ചെറുപ്പക്കാരൻ വീണ്ടും ലോഹ്യംകൂടാൻ ഭാവിക്കുന്നത് കണ്ട് സൈനബ കേൾക്കാത്ത മട്ടിൽ പുറത്തേക്ക് നോക്കിയിരുന്നു.

"അല്ല, എനിക്കവിടമൊക്കെ പരിചയമുണ്ട്. അതുകൊണ്ട് ചോദിച്ചതാ."

അതിനും മറുപടിയില്ലെന്നു കണ്ടപ്പോൾ അയാൾ വാരികയിൽ മുഖം പുഴ്ത്തി.

"കട്ലേറ്റ്...... ചൂട് കട്ലേറ്റ്....."

"ഓംലറ്റ് ബ്രഡ്....."

"കാപ്പി.... കാപ്പി....."

വിൽപ്പനക്കാരുടെ തിരക്ക്.

"കാപ്പി വേണോ?"

ചെറുപ്പക്കാരൻ ചോദിച്ചു.

"വേണ്ട."

കടുപ്പിച്ചുതന്നെ പറഞ്ഞു.

കാപ്പിക്കാരുടെ വിളി കേട്ടാകണം മാമി ഉണർന്നു.

"അവന്മാര് എന്തര് കൊച്ചേ പറഞ്ഞോണ്ട് പോണത്?"

"കാപ്പികള് വേണോന്ന്? വേണോ മാമിക്ക്?"

"ആ തട്ടത്തിനകത്ത് എന്തരാണൊള്ളത്?"

"അതൊന്നും കൊള്ളൂല്ലാ. കാപ്പികള് വേണോങ്കി വാങ്ങിച്ച് കുടിക്കിൻ."

"കാപ്പിയെങ്കി കാപ്പി. കാലത്തേ ഇത്തിപ്പോലം അനന്ന വെള്ളം കുടിച്ചതല്ലേ തല പെരുത്ത് തുടങ്ങി."

കാലത്ത് മൂന്നപ്പം പരിപ്പും കൂട്ടി ഒരിരുപ്പിന് തട്ടിയതാണ്. ശാരദയക്കന്റെ വീട്ടിലായിരുന്നു കാപ്പി. ചിരി അടക്കി സൈനബ ഒരു ഗ്ലാസ് കാപ്പി വാങ്ങിക്കൊടുത്തു.

"നിനക്ക് വേണ്ടേടീ?"

അവൾ വേണ്ടെന്നു തലയാട്ടി.

"അവന്മാരിക്ക് ഗ്ലാസ് വേണ്ടേ?"

കാപ്പികുടി കഴിഞ്ഞപ്പോൾ മാമി ചോദിച്ചു.

"അത് കളഞ്ഞേര്."

അടുത്തിരുന്ന മധ്യവയസ്കൻ പറഞ്ഞു.

"കളയണതെന്തരിന്? വീട്ടിച്ചെന്നാൽ വെള്ളങ്ങള് കുടിക്കാമല്ല്."

അവരത് കൈയിലിരുന്ന പ്ലാസ്റ്റിക് കൂടയിലിട്ടു.

കാപ്പികുടി കഴിഞ്ഞപ്പോൾ മാമിക്ക് ഉന്മേഷം.

"നിങ്ങളെവിടെപ്പോണ്?"

അവർ അടുത്തിരുന്ന മധ്യവയസ്കനോട് ചോദിച്ചു.

"കൊല്ലം വരെ. നിങ്ങളോ?"

ഉറക്കെ പറഞ്ഞതുകൊണ്ടായിരിക്കണം മാമി കേട്ടു.

"ഞങ്ങള് കാഴിക്കോട് വരെ പോണ്. എവടെ മാപ്പള അവിടെയെങ്ങാണ്ടുള്ളതാ. ഉടനെ വരാമെന്നും പറഞ്ഞ് പോയതാ. വർഷം ഒന്നാകാറായി. ഇതുവരെ വിവരമൊന്നും കിട്ടിയില്ല. ഇനി അവൻ വരൂല്ലെന്നു പറഞ്ഞാ പെണ്ണ് കേക്കണ്ടേ? അഡ്രസ് കൈയിലുണ്ട്."

സൈനബയ്ക്ക് തടയാൻ കഴിയുന്നതിനുമുമ്പ് മാമി ഒറ്റവീർപ്പിന് പറഞ്ഞുതീർത്തു. കേട്ടപ്പോൾ അടുത്തിരിക്കുന്ന കിഴവിക്കും ഉത്സാഹം.

"ഊരും പേരും അന്നഴിക്കാതെ കണ്ടവന്മാർക്കൊക്കെ പിടിച്ചു കൊടുത്തിട്ടല്ലേ? ഇപ്പോ ആ കൊച്ചിന്റെ ഭാവി തുലഞ്ഞില്ലേ?"

അവർ മുഖത്ത് സഹതാപം വരുത്തി സൈനബയെ നോക്കി. അവൾ കാണാത്ത ഭാവത്തിലിരുന്നു.

"എവടെ തന്ത ചെയ്ത വേലയാ. തള്ള കൊച്ചിലേ കളഞ്ഞിട്ട് വേറൊരുത്തന്റെ കൂടെ പോയി. ചത്തോ ജീവിച്ചിരിക്കണോ എന്തോ? അവളെ കുറ്റം പറയാനും ഒക്കൂല്ലാ കേട്ടോ. എമകോടനാ. മിണ്ടിപ്പോയാ കഴുത്തിന് കയറി പിടിക്കും. ചെല്ലിണടത്തെല്ലാം പെണ്ണും. പെമ്പിള്ളേരെങ്ങനെ സഹിക്കും? ദോഷം പറയരുതല്ല്. ഈ കൊച്ചിനെ അവൻ തന്നാ അന്നഴിച്ചത്. നാലു വയസായപ്പം എന്റെ വീട്ടിക്കൊണ്ടാക്കിയതാ. മോട്ടിച്ചോ കുത്തിക്കവർന്നോ പെണ്ണിന്റെ ചെലവിനുള്ളത് എത്തിച്ചുതരും. ഞാൻ അവന്റെ വകേലൊരൊരൊടപ്രന്നോളാ. മൂക്കത്താണ് അരിശമെങ്കിലും എന്നോട് 'ച്ഛീ പോന്ന്' പറയൂലാ കേട്ടാ. അതുപിന്നെ ഞാനും കണ്ടും കേട്ടുമേ നിക്കാറുള്ളൂ. എന്റെ കെട്ടിയോൻ മരിച്ചിട്ട് വർഷം പതിനേഴായി. മക്കളുമില്ല. നാട്ടുകാരെക്കൊണ്ട് അയ്യേന്ന് പറയിക്കാൻ ഇടവരുത്തിയിട്ടില്ല. വീടിന്റെ ഒരുഭാഗം താഴ്ത്തിയിറക്കി മുറിയാക്കി വാടകയ്ക്ക് കൊടുത്തിരിക്കയാ....."

"ഈ കൊച്ചിന്റെ ഭർത്താവ് ഏതു നാട്ടുകാരനാന്നാ പറഞ്ഞത്?"

മാമിയുടെ സംസാരം വഴിമാറുന്നത് കണ്ടായിരിക്കണം അടുത്തിരുന്ന സ്ത്രീ ചോദിച്ചു.

സൈനബ ഇതൊന്നും തന്നെപ്പറ്റിയല്ലെന്ന ഭാവത്തിൽ പുറത്തേക്കു നോക്കിയിരുന്നു. മുന്നിലെ സീറ്റിലിരിക്കുന്ന ചെറുപ്പക്കാരൻ കാൽവിരൽകൊണ്ട് തോണ്ടാൻ തുടങ്ങിയപ്പോൾ അവൾ കാലു രണ്ടും സീറ്റിൽ കയറ്റിവെച്ചു. മാമി തുടർന്നു:

"ചെറുക്കൻ കണ്ടാൽ നന്ന്. ഏതോ കമ്പനീല് കാവൽക്കാരന്റെ ജ്വാലിയാണെന്നാ പറഞ്ഞത്. സന്ധ്യക്കിറങ്ങിയാൽ വെളുപ്പാൻകാലത്താ അവൻ കയറി വരുന്നത്....."

"മോഷണമായിരിക്കും തൊഴിൽ."

ആരുടെയോ കമന്റ്. കൂട്ടച്ചിരി. സൈനബ മുഖം കുനിച്ചു. മാമി

നിർത്താനുള്ള ഭാവമില്ല.

"കെടക്കാനൊരെടം വേണമെന്നു പറഞ്ഞപ്പോ ഇവളുടെ തന്തയാ എന്റെ ചായ്പ്പിൽ കൊണ്ടുവന്നാക്കിയത്. അതിനുമുമ്പ് താമസിച്ച കുടുംബത്തെ ഞാൻതന്നെയാ ഇറക്കിവിട്ടത്. സന്ധ്യയാകുമ്പോ അവൻ കുടിച്ചേച്ചും വന്ന് പള്ളു തുടങ്ങും. എവനെക്കൊണ്ട് ഒരു ശല്യവുമില്ല. വാടക മുടങ്ങാതെ തരും. ആരോരുമില്ലാത്ത കൊച്ചനാ. നന്നായിട്ടന്നഴിച്ചോണേ എന്ന് ഒടപ്രന്നോൻ പറഞ്ഞിരുന്നു. എവളുതന്നെ എല്ലാം വെച്ചനത്തിക്കൊടുക്കണത്. എവടെ കൈകൊണ്ട് എന്തനത്തിയാലും നല്ല രുചിയാ...."

മാമി പറഞ്ഞുകൊണ്ടേയിരുന്നു. അവളുടെ മനസും പിറകോട്ട് പോയി. ഒരു സന്ധ്യനേരത്ത് കുളി കഴിഞ്ഞ് മുടി വേർപെടുത്തിക്കൊണ്ടിരുന്നപ്പോഴാണ് വാപ്പ അയാളേയും കൂട്ടിക്കൊണ്ടു വന്നത്. വെളുത്ത മുഖത്തെ കറുത്ത മറുകാണ് ആദ്യം കണ്ണിൽപ്പെട്ടത്. പിന്നെ കട്ടിമീശ.

"മാമി എവിടാടീ കൊച്ചേ?"

വാപ്പയുടെ ചോദ്യം കേട്ടാണ് ആ മുഖത്തുനിന്ന് കണ്ണെടുത്തത്.

"ഇവനങ്ങ് ക്വാഴിക്കോട്ടുള്ളതാ. ഉറ്റവരും ഉടയവരുമൊന്നുമില്ല. മാമീടെ ചായ്പ്പ് ഒഴിഞ്ഞു കിടക്കേല്ലേ. അവിടെ താമസിക്കട്ടെ. നിങ്ങളനത്തുന്നതിൽ ഒരു പങ്ക് അവനും കൊടുത്തേര്. വാടക തരും. ചെലവിനും തരും. കണ്ടും കേട്ടും നിന്നോണം. കേട്ടോടേയ്."

അതയാളോടായിരുന്നു. അവളൊന്നും മിണ്ടിയില്ല. എതിർത്തോ അനുകൂലിച്ചോ പറഞ്ഞുപോയാൽ വാപ്പയുടെ വായിലുള്ള തെറി കേൾക്കേണ്ടിവരും. വാപ്പ ഓന്തിനെപ്പോലെയാണ്. എപ്പോഴാണ് നിറം മാറുകയെന്ന് പറയാനാവില്ല.

അപ്പോഴേക്ക് കടയിൽ പോയിരുന്ന മാമിയും എത്തി.

"ഒടപ്രന്നോനെപ്പഴ് വന്നത്?"

"ദേ ഇപ്പ വന്നുകയറിയതേയുള്ളൂ. വിവരമെല്ലാം ഇവളോട് പറഞ്ഞിട്ടുണ്ട്."

"എന്തോ... എന്തെരെങ്കിലും പറഞ്ഞോ? അല്ലേ ഇതാര്?"

അപ്പോഴേ വാഴച്ചോട്ടിൽ നിന്ന അയാളെ മാമി കണ്ടുള്ളൂ.

"എല്ലാം വിസ്തരിച്ച് പറഞ്ഞുകൊട് കൊച്ചേ. പൊട്ടിയെ പറഞ്ഞു മനസിലാക്കാൻ എനിക്കെങ്ങും വയ്യ. വാ പിള്ളേ ചന്തവരെ പോയിട്ട് വരാം."

വാപ്പ അയാളെയും വിളിച്ച് സ്ഥലം വിട്ടു.

"എന്തരാണെടീ നിന്റെ തന്ത കൽപ്പിച്ചിട്ട് പോയത്? ലവനാര്? നിന്നെ പെണ്ണുകാണാൻ വന്നതുതന്നെ?"

"കേക്കാൻ വയ്യെങ്കി ചുമ്മാതിരിക്കിൻ."

സൈനബ കോപമടക്കി എല്ലാം വിശദമായി പറഞ്ഞുകൊടുത്തു.

"ഇവനിതെവിടെന്ന്? പെണ്ണ് പ്രായം തികഞ്ഞുനിൽക്കണ്. അവിടെയാ അന്യനൊരുത്തനെ കയറ്റി താമസിപ്പിക്കാൻ പറയണത്? ഏത് ജാതിയോ എന്തോ?

സന്ധ്യയാവുമ്പോൾ അണിഞ്ഞൊരുങ്ങി ഇറങ്ങിയാൽ വെളുപ്പാൻകാലത്താണ് അയാൾ എന്നും തിരിച്ചെത്തുന്നത്. വന്നതും ചായ്പ്പിൽ കയറി കതകടയ്ക്കും. ഉച്ചയ്ക്ക് ഊണ് കാലമായാൽ മാമി ചെന്ന് കതകിനു തട്ടും. ഊണു കഴിഞ്ഞ് മുറ്റത്ത് ഉലാത്തിയിട്ട് വീണ്ടും ഉറക്കം. ഇരുട്ടുന്നതിനു മുന്നേ കുളിച്ച് സുന്ദരനായി മാമിയോട് സഞ്ചിയുംവാങ്ങി പോകുന്നത് കാണാം. വന്നുകയറിയതും നീട്ടിയൊരു വിളിയുണ്ട്.

"മാമീ, ഇതങ്ങെടുത്തോളീ."

കേൾക്കുമ്പോഴേ അവൾ ചിരിതുടങ്ങും. മാമിക്കാണെങ്കിൽ അയാൾ പറയുന്നത് ഒരക്ഷരം മനസിലാവില്ല.

"ഈ കൊച്ചൻ പറയണത് നമ്മളെ ഫാഷ തന്നേ പിള്ളേ?"

മാമിക്ക് സംശയം.

"ഇതാപ്പം നന്നായത്. ഞമ്മള് നല്ല മലയാളം പറഞ്ഞിട്ട് അവരിക്ക് പുടികിട്ടണില്ലാന്നുവെച്ചാ എന്താ ചെയ്യാ?"

അയാളുടെ ചുണ്ടത്ത് ചിരി.

അയാളുടെ വടക്കൻശൈലി കേൾക്കുമ്പോൾ അവൾ ചിരി തുടങ്ങും. ഒരുദിവസം വൈകുന്നേരം മുറ്റം തൂത്തുകൊണ്ടിരുന്നപ്പോൾ അയാളെന്തോ തമാശ പറഞ്ഞതുകേട്ട് അവൾ ചിരിച്ചു തളർന്നു. മുഖം ചുവന്നു. അത് കണ്ടുകൊണ്ടാണ് വാപ്പ കയറി വന്നത്. കണ്ടതും വാപ്പയുടെ മുഖമിരുണ്ടു. മീശ വിറച്ചു. ഒച്ച കനത്തു.

"എന്തരാണിത്? നിന്നോടാ ചോദിച്ചത്? നാട്ടുകാരെക്കൊണ്ട് പറയിച്ചേ അടങ്ങൂ അല്ലേ? എന്നെ അറിയാമല്ലോ...."

"അതിനിപ്പം എന്തുണ്ടായെന്നാ..."

"ഒന്നും ഉണ്ടാകാതിരുന്നാൽ നന്ന്. ഇറയത്തു നിന്നാണോടി കൊഴഞ്ഞാട്ടം? കേറിപ്പോടി അകത്ത്."

വാപ്പ കയർത്തു.

"നീ തന്നെ ഓരോന്ന് വരുത്തിവെച്ചിട്ട്....." മാമിയെ മുഴുമിപ്പിക്കാൻ വാപ്പ സമ്മതിച്ചില്ല.

"ദേ കിഴവീ എന്റെ കൈ മിനക്കെടുത്തരുത്."

എന്നിട്ട് അയാളോടായി പറഞ്ഞു:

"ചുണയുണ്ടെങ്കി അവക്കൊരു താലി വാങ്ങിച്ചു കൊടെടേയ്."

വാപ്പ എല്ലാം മുൻകൂട്ടി നിശ്ചയിച്ചിരുന്നോ എന്നുപോലും അവൾ സംശയിച്ചു. ഒരാഴ്ചക്കകം പള്ളിയിൽ പറഞ്ഞ് നിക്കാഹുറപ്പിച്ചു. അവൾക്ക് ഒരു ജോടി കമ്മലും കഴുത്തിലേക്ക് ഒന്നരപ്പവന്റെ ചെയിനും പണിയിച്ചു. ഒരുവിധം നന്നായിത്തന്നെ വിവാഹം നടത്തി.

ആകെ ഒരമ്പരപ്പായിരുന്നു. വല്ലാത്ത ഭയവും തോന്നാതിരുന്നില്ല. ഊരും പേരുമില്ലാത്ത ഒരാളുടെ തലയിൽക്കെട്ടിവച്ച് വാപ്പ ഭാരമിറക്കുകയാണോ? പേടിയും ശങ്കയും ആ ദിവസംതന്നെ നീങ്ങി. അയാൾ സ്നേഹം കൊണ്ട് മൂടിയപ്പോൾ ഉലകം മറന്നു. വിവാഹം കഴിഞ്ഞ് ഒരാഴ്ച എങ്ങും പോകാതെ വീട്ടിൽത്തന്നെ കഴിഞ്ഞുകൂടുന്നതു കണ്ട് ചോദിക്കാതിരി

ക്കാൻ കഴിഞ്ഞില്ല:

"ജ്വാലിക്ക് പോണ്ടേ?"

"പോണം. പക്ഷേങ്കി രാത്രി നിന്നെ ഒറ്റക്കാക്കിയിട്ട്... മനസു കേക്കുന്നില്ല കരളേ."

"എന്നു പറഞ്ഞാലെങ്ങനാ? ജീവിക്കണ്ടേ?"

പറയുമ്പോൾ മുഖം നാണത്താൽ തുടുത്തു.

അതോടെ രാത്രിയിൽ വീണ്ടും പോയിത്തുടങ്ങി. വെളുപ്പാൻകാലത്ത് തിരിച്ചെത്തുന്നതും കാത്ത് അവൾ ഉണർന്നിരിക്കും. ജീവിതത്തിന് അർഥമുണ്ടെന്നു തോന്നിത്തുടങ്ങി. മോഹങ്ങൾക്കു ചിറകുമുളച്ചു. ഒരു കൊച്ചുകൂരയും മുറ്റത്ത് കുഞ്ഞു കാലടികളും സ്വപ്നം കണ്ടു.

"നാട്ടീന്ന് കത്തു വന്നിട്ടുണ്ട്. വകേലൊരു മൂത്താപ്പ ഉണ്ടായിരുന്നത് മരിച്ചു. മൂപ്പരെ പൊരേം പറമ്പും ഞമ്മളെ പേരിലാ എയ്തീരിക്കണത്. നാടുവരെ ഒന്നു പോണം. പക്ഷേങ്കീ....."

അന്ന് രാത്രി ജോലിയില്ലാത്ത ദിവസമായിരുന്നു. ഇറയത്തിരുന്ന് സ്വപ്നം കണ്ടുകൊണ്ടിരുന്ന നേരത്താണ് അയാൾ പറഞ്ഞത്. മുഖം മങ്ങിയിരുന്നു.

"പോയിട്ട് വരണം. അല്ലെങ്കീ വേണ്ടാ ഞാനുംകൂടി വരാം. വേണോങ്കി അവിടെ താമസിക്കുകയും ചെയ്യാം. പൊട്ടിമാമിയെക്കൂടെ കൂട്ടിനു വിളിക്കാം....."

"ഇപ്പോ നിങ്ങള് വന്നാ ശരിയാവൂലാ. മൂത്താപ്പാക്ക് കുറച്ച് കടമുണ്ട്. അത് കൊടുത്തുതീർത്താലേ പെരേം പറമ്പും വിട്ടുകിട്ടൂ. ഒരയ്യായിരം ഉറുപ്പികയില്ലാതെ..... ഞാൻ നോക്കിയിട്ട്...."

വാക്കുകൾക്ക് ഇടർച്ച. അവളുടെ മനസും വിങ്ങി. കഴുത്തിലെ ചെയിനും ലോക്കറ്റും അഴിച്ചുകൊടുത്തിട്ട് പറഞ്ഞു:

"ഇന്നരീൻ കൊണ്ടുപോയി തൂക്കിവിൽക്കുകയോ പണയം വെക്കുകയോ ചെയ്യിൻ."

"അതുവേണ്ട.... നിന്റെ ബാപ്പ അറിഞ്ഞാ....."

"ഒന്നുമില്ല. നിങ്ങടെ കൈയിൽ കാശുണ്ടാവുമ്പോ ഇതിനേക്കാൾ നല്ലത് വാങ്ങിക്കാമല്ല്. നമുക്ക് നല്ല കാലം വരാൻപോണെന്ന് കരുതിയാ മതി."

വാപ്പ ദേശാടനത്തിലായിരുന്നതിനാൽ വിവരമറിയിക്കാൻ ഒത്തില്ല. വണ്ടി കയറ്റാൻ അവളും മാമിയും റെയിൽവേസ്റ്റേഷനിൽ ചെന്നിരുന്നു. വണ്ടി വിടാൻ നേരം ഒരു തുണ്ട് കടലാസ് അവളെ ഏൽപ്പിച്ചിട്ട് പറഞ്ഞു:

"ഇതാണഡ്രസ്. എന്തെങ്കിലും ആവശ്യം വന്നാൽ അറിയിക്കണം."

അയാളുടെ കണ്ണുനിറഞ്ഞിരുന്നു. അവളും കരഞ്ഞുപോയി.

തീവണ്ടി അകന്നപ്പോൾ നെഞ്ചുപിളർക്കുന്ന വേദന. ദിവസവും നാളും എണ്ണിയാണ് കഴിഞ്ഞത്. ഒരുമാസം കഴിഞ്ഞിട്ടും ഒരെഴുത്തു പോലും വന്നില്ല. അസുഖം വല്ലതും വന്നുകിടപ്പിലായിട്ടുണ്ടാകും. ഒന്നു കണ്ടെങ്കിൽ...... ആകെ നീറി. തന്ന അഡ്രസിൽ രണ്ടെഴുത്തുകളയച്ചു.

മറുപടിയൊന്നും കിട്ടിയില്ല. ഒന്നു പറഞ്ഞയച്ചുനോക്കാൻപോലും ആരുമില്ലല്ലോ എന്നോർത്ത് സങ്കടപ്പെട്ടിരിക്കുമ്പോഴാണ് വാപ്പ എത്തിയത്.

"എന്റെ കണ്ണുവെട്ടിച്ച് ലവൻ എങ്ങോട്ട് പുവാൻ? എമ്പോക്കി എവിടെ ആയിരുന്നാലും ഞാൻ ചെന്ന് അന്നഴിച്ച് കണ്ടുപിടിക്കും."

വാപ്പ ആശ്വസിപ്പിച്ചു.

ഒരാഴ്ച കഴിഞ്ഞിട്ടും അനക്കമൊന്നും കണ്ടില്ല. മാമി വീണ്ടും ഓർമിപ്പിച്ചപ്പോൾ പറഞ്ഞു:

"നാളെ വയ്യൂട്ടത്തെ വണ്ടിക്ക്തന്നെ തിരിച്ചേക്കാം. എന്റെ മുണ്ടും ജുബ്ബായുമൊക്കെ കഴുകിയിട്ടേര്."

പതിവുപോലെ വൈകുന്നേരം വെളിയിലേക്കിറങ്ങിയതാണ്. രാത്രി പത്തുമണി ആയപ്പോൾ ബാപ്പയുടെ മയ്യത്താണ് വീട്ടിലെത്തിയത്. ആരോടോ വഴക്കിട്ട് കുത്തേറ്റതാണ്. വാപ്പയുടെ മയ്യത്തുമായി ആളുകൾ പടി ഇറങ്ങിപ്പോകുന്നതു കണ്ട് അന്തംവിട്ടു നിന്നു. വാപ്പ മരിച്ച വിവരത്തിനും എഴുത്തിട്ടു. മറുപടി മാത്രം കിട്ടിയില്ല. വരാതിരിക്കില്ല. ആശ മുറിഞ്ഞില്ല.

വാപ്പ ഉള്ളപ്പോൾ ഒന്നിനും മുട്ടുണ്ടായിരുന്നില്ല. അവളെ പുറത്തിറങ്ങാനും അനുവദിച്ചിരുന്നില്ല. ഉള്ളതിൽ ഒരുപങ്ക് അവൾക്കു കൊടുക്കുന്നതിൽ മാമിക്ക് സന്തോഷം. വയസുകാലത്ത് അവർക്കൊരു ഭാരമാകരുതെന്ന് ഉറപ്പിച്ചു. നിർബന്ധിച്ചപ്പോൾ മാമി തന്നെയാണ് അവളെ ഒരു വീട്ടിൽ ജോലിക്കു നിർത്തിയത്. ആഹാരം കഴിഞ്ഞ് മുന്നൂറ് രൂപാ ശമ്പളം. അഞ്ചാറുമാസത്തെ ശമ്പളം സ്വരുക്കൂട്ടിയപ്പോൾ യാത്രയ്ക്കുള്ള കാശായി. രണ്ടും കൽപ്പിച്ച് ഇറങ്ങിയിരിക്കയാണ്.

കാൽ തരിച്ചപ്പോൾ എഴുന്നേറ്റുനിന്നു. മുന്നിലിരുന്ന ചെറുപ്പക്കാരൻ ഇറങ്ങിപ്പോയിരിക്കുന്നു. കിഴവിയുമില്ല. ചുറ്റും പുതിയ മുഖങ്ങൾ.

"എത്തിയോ?"

മാമി എഴുന്നേറ്റിട്ട് ചോദിച്ചു.

"ഇല്ല."

"പിന്നെ നീ എവിടെ പോണ്?"

"കുളിമുറിയിൽ പെയ്യിട്ട് വരാം."

"ഞാനും വരുന്നു."

"സൂക്ഷിച്ച് നടന്നോണേ."

മുന്നിൽ നടക്കുമ്പോൾ മാമിക്ക് താക്കീത് നൽകി.

"പിള്ളേ ലങ്ങോട്ട് നോക്കിക്കേ..... നിന്റെ കെട്ടിയവനല്ലേ അത്?"

മാമി പറഞ്ഞതുകേട്ട് മുഖം തിരിച്ചു. അതേ അദ്ദേഹംതന്നെ. മുഖത്ത് കറുത്ത മറുക് തെളിഞ്ഞുകാണാം. പക്ഷേ, മീശയില്ല, വട്ടത്താടി, തലയിലൊരു വട്ടത്തൊപ്പിയുമുണ്ട്. കൂടെ ഒരു യുവതിയും. പതിനേഴു തികഞ്ഞു കാണില്ല.

"എടാ കൊച്ചനേ നീയിതെവിടെയായിരുന്നു? ഞങ്ങള് നിന്നെ അന്നഴിച്ചല്ല്യോ പുറപ്പെട്ടത്."

"നിങ്ങക്ക് ആളു മാറിയതാ."

അപ്പോഴാണ് അയാളോട് പറ്റിച്ചേർന്നിരിക്കുന്ന യുവതിയെ മാമി കണ്ടത്.

"നീയേതാ കൊച്ചേ?"

പെണ്ണിന്റെ മുഖത്ത് പരിഭ്രമം.

"എടാ നിനക്കെന്നെ അറിയൂല്ല അല്യോ കള്ളക്കഴുവേറീ എന്റെ കൊച്ചിനെ വഴിയാധാരമാക്കിയിട്ട്.... ഇപ്പോ ഞങ്ങളെ അറിയില്ല. ഞാൻ അറിയിച്ചു തരാം. നാടാകെ പെണ്ണുകെട്ടി നടക്കുന്ന എമ്പോക്കിയാ ഇവൻ. പോലീസിനെ വിളി മാലോരെ."

മാമി ഉറക്കെ പറയുന്നതുകേട്ട് പലരും വന്ന് കൂടി നിന്നു.

"ഈ തള്ളക്ക് പിരാന്താ....." അയാൾ പരുങ്ങിക്കൊണ്ട് പറഞ്ഞു.

"ഇവനെ അങ്ങനെ വിട്ടാൽ പറ്റില്ല. ഇവർ പറയുന്നത് നേരായിരിക്കും. ഇത്തരം വീരന്മാർ ഇപ്പോൾ ധാരാളമുണ്ട്."

ഒരാൾ പറഞ്ഞപ്പോൾ പലരും ശരിവെച്ചു. ആളുകൾ അയാളെ വളയുന്നത് കണ്ടപ്പോൾ യുവതി മുഖം പൊത്തി കരയാൻ തുടങ്ങി. കുറച്ചു മുമ്പുവരെ അവളുടെ കണ്ണുകളിൽ നിറയെ സ്വപ്നങ്ങളായിരുന്നു. വേണ്ട, അവളെ കരയിക്കേണ്ട. അവളുടെ സ്വപ്നങ്ങളെങ്കിലും പൂവണിയട്ടെ.

"മാമീ ഒന്നു ചുമ്മാതിരി. ചെവിതലകേക്കാതെ അതുമിതും വിളിച്ചു പറയും. വാ പൂവ്വാം."

അവൾ മാമിയെ വലിച്ചുകൊണ്ട് അവരുടെ സീറ്റിലേക്ക് നടന്നു. മാമി അപ്പോഴും അയാളെ ചീത്തവിളിച്ചുകൊണ്ടിരുന്നു. പെട്ടെന്നാണ് വണ്ടി നിന്നത്. അവൾ പ്ലാസ്റ്റിക്ക് കൂടകളും പെറുക്കിയെടുത്ത് മാമിയോട് പറഞ്ഞു:

"വാ ഇറങ്ങാം."

"ക്വാഴിക്കോടെത്തിയോ?"

"ആ...."

ഇറങ്ങിക്കഴിഞ്ഞപ്പോൾ അമ്പരപ്പ്. ഏതാണ് സ്റ്റേഷനെന്നുപോലും അറിയില്ല. ഏതായാലും ഒന്നുപോലെ തന്നെ. തിരിച്ചുപോകണം. ജനലിലൂടെ അകത്തേക്ക് നോക്കി. അയാൾ യുവതിയെ ചേർത്തുപിടിച്ച് ആശ്വസിപ്പിക്കുന്നു. പെണ്ണിന്റെ കണ്ണുകളിൽ തിളക്കം. ആ പാവം പെണ്ണിനേയും അയാൾ ചതിക്കും തീർച്ച. ഇല്ല...... ഇനിയൊരാളും വഞ്ചിക്കപ്പെടരുത്. അവളെ സത്യം അറിയിക്കണം. കാതിലും കഴുത്തിലുമുള്ളത് സൂക്ഷിക്കാനും പറയണം. സൈനബ വീണ്ടും അകത്തേക്കു കയറാനായി കുതിച്ചു. തിരക്കിട്ട് വണ്ടി കയറാനെത്തിയ ഒരാളുടെ ദേഹത്തു തട്ടി മറിഞ്ഞുവീണു. കൈയിലിരുന്ന പ്ലാസ്റ്റിക് കൂടകൾ താഴെ വീണ് പഴന്തുണികൾ നാലുപാടും ചിതറി. കൂടെ അയാൾക്കുവേണ്ടി കരുതിയ പലഹാരങ്ങളും.

തട്ടിപ്പിടഞ്ഞ് എഴുന്നേൽക്കാൻ ശ്രമിക്കുന്നതിനിടയിൽ വീണ്ടും കാലിടറി. നോക്കിനിൽക്കെ തീവണ്ടി കണ്ണിൽനിന്നു മറഞ്ഞു.

"കരച്ചപ്പെട്ടി"

"**രാ**വിലെ തുടങ്ങിയല്ലോ നാശം. ഒരു വഴിക്കിറങ്ങുമ്പോഴാ അവളുടെ പൂങ്കണ്ണീര്."

കട്ടിലിൽ ചുരുണ്ടു കിടക്കുന്ന ഭാര്യയെ നോക്കി ഹസ്സൻകുട്ടി കയർത്തു. ആശാരിപ്പണി നടക്കുന്നതുപോലെ തലയിൽ തട്ടലും മുട്ടലും ആണിയടിക്കലും. എന്നും രാവിലെ എണീറ്റാൽ ഇതുതന്നെ. തലപൊളിയുന്ന വേദന. ഭർത്താവിനോട് പറയണമെന്ന് കുറേ ദിവസമായി കരുതുന്നു. അയാളുടെ തിരക്കും അക്ഷമയും കാണുമ്പോൾ പറയാൻ വിചാരിക്കുന്നത് മറക്കും. കണ്ണു നിറയും. അയാൾ ഈർഷ്യയോടെ സ്ഥലം വിടും.

അന്നും പതിവുപോലെ എന്തിനാണ് കരയുന്നതെന്നുപോലും ചോദിക്കാതെ ഹസ്സൻകുട്ടി ഇറങ്ങിപ്പോയപ്പോൾ ബീപാത്തുവിന്റെ തേങ്ങൽ കരച്ചിലായി.

"അയ്യേ ഉമ്മാക്ക് നാണമില്ലേ ഇങ്ങനെ നിലവിളിക്കാൻ? അപ്പറത്തെ ആന്റി ദാ, ജനലിൽക്കൂടി എത്തിനോക്കുന്നു. ബാപ്പ കേൾക്കാനാണെങ്കിൽ നിർത്തിക്കളട്ടോ. ബാപ്പ എപ്പളേ സ്ഥലം വിട്ടു. മൂപ്പരിപ്പോ ആപ്പീസിലെത്തീട്ടുണ്ടാവും."

മകൻ പറഞ്ഞത് കേട്ടപ്പോൾ ബീപാത്തു കമഴ്ന്ന് കിടന്ന് ഏങ്ങലടിച്ചു. കുറച്ചുനേരം നോക്കി നിന്നിട്ട് അവനും പുറത്തേക്കിറങ്ങി.

ബീപാത്തുവിന് വല്ലാത്ത ഏകാന്തത തോന്നി. തന്നോടുതന്നെ വെറുപ്പും. അവളെന്തേ ഇങ്ങനെ? കുട്ടിക്കാലംമുതലേ അവളെ അലട്ടുന്ന ചോദ്യമാണത്. സങ്കടം വന്നാലും സന്തോഷം വന്നാലും നിർത്താതെ കരയും. കുഞ്ഞായിരിക്കുമ്പോൾ ഉമ്മ ശകാരിക്കാത്ത ദിവസങ്ങളില്ല. രാവിലെ അവളുണരുന്നത് എന്തെങ്കിലും പുതിയ ആവശ്യങ്ങളുമായിട്ടായിരിക്കും.

നിസ്സാരങ്ങളായ ആവശ്യങ്ങൾ. ഉമ്മ കുറച്ചുനേരംകൂടി അവളുടെ അടുത്ത് കിടക്കണം, താഴത്തേക്കുള്ള ഗോവണി ഇറങ്ങുമ്പോൾ ഉമ്മ അവളെ എടുക്കണം. ഉമ്മയ്ക്ക് രാവിലെ എണീറ്റാൽ നൂറുകൂട്ടം കാര്യങ്ങളാണ്. അതിനിടയിൽ അവളെ കൊഞ്ചിക്കാൻ എവിടെ നേരം?

"നീ മരിയാദക്ക് തായത്തേക്ക് ഇറങ്ങി ബരുന്നുണ്ടോ?"

അതിനു മറുപടി കരച്ചിലാണ്.

"ഇപ്പെണ്ണ് രാവിലെ തുടങ്ങിയല്ലോ കീറാൻ. മതിയാക്കെടീ ശൈത്താനെ."

അതോടെ കരച്ചിലിന് ശക്തി കൂടുന്നു. ഉറക്കെ നിലവിളിച്ചുകൊണ്ടു തന്നെ ഗോവണി ഇറങ്ങുന്നു. താഴത്തെത്തുന്നതും നിലത്തുകിടന്ന് ഉരുണ്ടു നിലവിളി തുടങ്ങും. കുഞ്ഞിക്കൈകൾകൊണ്ട് നെഞ്ചിൽ ഇടിച്ചുകൊണ്ടാണ് പിന്നത്തെ അലറൽ.

"കുഞ്ഞനെന്തിനാണെ ഇങ്ങനെ നെലവിളിക്കുന്നത്? നീയോളെ അടിച്ചോ ഐശോമാ?"

അവളുടെ കരച്ചിൽ കേട്ടെത്തുന്ന ഉമ്മാമ ചോദിക്കും:

"കരയാനെന്തെങ്കിലും കാരണം വേണോ? നേരം വെളുത്താ മോന്തിയാവുന്നതുവരെ ഇതുതന്നെയല്ലേ പണി?"

"അയിനു പള്ള ബെരത്താവുന്നുണ്ടാവും. നീ ആ നാണുബൈദ്യരെ ഒന്ന് കാണിക്ക്. കുഞ്ഞന്റെ പള്ള കണ്ടോ ബീർത്ത് കെടക്കുന്നു."

"പള്ളേല് നിറച്ചും കാറ്റാന്നാ വൈദ്യര് പറഞ്ഞത്. ഏത് നേരവും തൊള്ളപൊളിച്ച് ഇങ്ങനെ കീറിയാല് എങ്ങനെ കാറ്റ് കേറാണ്ടിരിക്ക്യ? എടീ മതിയാക്ക്. അല്ലെങ്കില് ഞാനിപ്പോ കുഞ്ഞിയറയിലിട്ട് പൂട്ടും."

പഴയ സാമാനങ്ങൾ കൂട്ടിയിട്ടിരിക്കുന്ന മുറിയാണ് കുഞ്ഞിയറ. നിര ഇളകിയ പത്തായം. കാലൊടിഞ്ഞ കസാലകൾ, ഓട്ട വന്ന പിച്ചളപ്പാത്രങ്ങൾ തുടങ്ങിയ ലൊട്ടുലൊടുക്ക് സാധനങ്ങൾ കൂട്ടിയിട്ട മുറി. അതിനകത്ത് കാറ്റും വെളിച്ചവും കയറില്ല. പാത്രങ്ങൾക്കുള്ളിൽ പീയോ പീയോ കരയുന്ന എലിക്കുഞ്ഞുങ്ങൾ. എലിയെ പിടിക്കാൻ പതുങ്ങിയിരിക്കുന്ന പുള്ളിപ്പൂച്ച. ചുമരിൽ നിറയെ പല്ലികൾ. പല്ലിയെ കാണുമ്പോൾ അവൾക്ക് ഓക്കാനം വരും. കൂറക്കൂട്ടത്തിന്റെ നാറ്റം. നിറയെ പൊടിയും മാറാലയും. അഞ്ചുനിമിഷം തികച്ച് അതിനകത്തിരുന്നാൽ വെന്തുരുകും. അവൾ കരച്ചിൽ നിർത്താൻ ഭാവമില്ലെന്നു കാണുമ്പോൾ ഉമ്മ എടുക്കുന്ന അവസാനത്തെ അടവാണ് കുഞ്ഞിയറ ഭീഷണി.

ഒരിക്കൽ ഉമ്മ അവളെ ശരിക്കും കുഞ്ഞിയറയിലിട്ട് പൂട്ടുകതന്നെ ചെയ്തു. സഹികെട്ടപ്പോൾ എന്നാണ് ഉമ്മ പറയുന്നത്. പെട്ടന്നായിരുന്നു എല്ലാം. കുതറിമാറാൻ കഴിയുന്നതിനുമുമ്പ് ഉമ്മ അവളെ തൂക്കിയെടുത്ത് കുഞ്ഞിയറയിലിട്ട് വാതിലടച്ചതും ഒരു പല്ലി വന്ന് അവളുടെ മുഖത്ത് വീണു. പേടിച്ചരണ്ടു, കരയാൻപോലും മറന്നു. പെട്ടെന്നു മൂലയിൽ തിളങ്ങുന്ന രണ്ടു കണ്ണുകൾ കണ്ടതോടെ അറിയാതെ ആർത്തുപോയി. ആർപ്പുകേട്ട് പുള്ളിപ്പൂച്ച മ്യാവൂ എന്നൊരലറൽ: "എന്റുമ്മോ......"

ബഹളം കേട്ടെത്തിയ ഉമ്മാമയാണ് രക്ഷിച്ചത്. ഒരുമിനിട്ട് തികച്ചും അതിനകത്ത് ഇരുന്നില്ല, വിയർത്തൊലിച്ച് തളർന്നുപോയി.

"ഇങ്ങനത്തെ കടുപ്പം ചെയ്യല്ലേ ഐശോമാ. കുഞ്ഞൻ ബെശർത്തൊലിച്ച് താളുപോലായിപ്പോയി."

ഉമ്മാമ ശാസിച്ചു.

"ഉമ്മയാ ഓളെ ബെടക്കാക്കുന്നത്. ഓളൊരു പെങ്കുട്ടിയല്ലേ? ഇങ്ങനത്തെ ബാശി നന്നോ?"

"നീ ബാശി കൊറഞ്ഞോളാ? വലുതാവുമ്പോ മാറും."

ഉമ്മാമ ആശ്വസിപ്പിക്കും.

ഉമ്മ കുഞ്ഞിയറ ഭീഷണി തുടർന്നുകൊണ്ടേയിരുന്നു. ഉമ്മ തൂക്കിയെടുത്ത് കുഞ്ഞിയറയുടെ വാതിൽക്കലെത്തുമ്പോൾ അവൾ കരച്ചിൽ നിർത്തും. പിന്നെ ചുണ്ടു കടിച്ചുപിടിച്ചുകൊണ്ടുള്ള ഏങ്ങലടിയാണ്.

അവളിരുന്ന് കരയുന്നതു കാണാത്ത ഭാവത്തിൽ ഉമ്മ മറ്റു ജോലികളിൽ മുഴുകും. ഉമ്മാമയും അവളെ തഴഞ്ഞ് അടുക്കളയിലേക്ക് നടക്കുന്നത് കാണുമ്പോൾ അവൾ വീണ്ടും കരച്ചിൽ തുടങ്ങും. അപ്പോൾ ഉമ്മാമ പറയും:

"ഉമ്മാമാന്റൊപ്പം വന്നാ ഒടബായക്ക തരാം."

അവൾ ഇടങ്കണ്ണിട്ട് ഉമ്മയെ നോക്കും. ഉമ്മ അവളെ മറന്ന മട്ടാണ്. കിണറ്റിൻകരയിൽ ഉപ്പയുടെ മുണ്ടും ഷർട്ടും കഴുകുന്ന മറിയത്തിന് നിർദേശം കൊടുക്കുകയായിരിക്കും. ഉമ്മയ്ക്ക് ഒരുനേരവും ഒഴിവില്ല. എപ്പോഴും എന്തെങ്കിലും പണി കാണും. അവിടെ അങ്ങനെ ഇരുന്നാൽ ചിലപ്പോൾ ഉമ്മാമയും മറക്കാനിടയുണ്ട്.

ഒടവാഴയ്ക്കയുടെ മധുരം ഓർക്കുമ്പോൾ വായിൽ വെള്ളം. പഴുത്ത നേന്ത്രപ്പഴം വെയിലത്തിട്ടുണക്കി പഞ്ചസാരപ്പാവിൽ മുക്കി ഉണ്ടാക്കുന്ന ഒടവാഴയ്ക്കാബ്ഭരണി ഉമ്മാമയുടെ കസ്റ്റഡിയിലാണ്. കുറച്ചുകൂടിയിരുന്നാൽ അതും കിട്ടിയില്ലെന്നു വരും. ചിണുങ്ങിക്കൊണ്ട് ഉമ്മാമയുടെ പിന്നാലെ അടുക്കളയിലെത്തുന്നു. അടുക്കളയിലെത്തുന്നതോടെ ഉമ്മാമ ഒടവാഴയ്ക്കക്കാര്യം മറക്കുന്നു. പണിക്കാരികൾ ഉമ്മാമയെ കാണുമ്പോൾ കളിതമാശകൾ നിറുത്തും. അരവുകാരി ഉമ്മമ്പിയുമ്മ മുളകരയ്ക്കുന്നതിനിടയിൽ അവളോട് ചോദിക്കും:

"പെരുത്ത ബാല്യക്കാരത്തി ആയിട്ട് എന്തിനാ ഇങ്ങനെ കെടന്ന് നെലോളിക്കുന്നത്?"

അവൾ ചുണ്ട് കോട്ടി കരയാനുള്ള ഭാവമാണെന്നു കാണുമ്പോൾ അവർ അടവുമാറ്റും:

"അരവു കയിഞ്ഞാ ഞമ്മക്ക് പുത്താലി പറിക്കാൻ പോണം."

അവളുടെ മുഖത്തെ ചിരി കാണുമ്പോൾ പറയുന്നു:

"വമ്പത്തികളങ്ങനാ. എപ്പളും ചിരിക്കും. ചിരിക്കുമ്പളെന്താ മൊഞ്ച്!"

അവളുടെ മുഖം വിടരുന്നു. ഒടവാഴയ്ക്കക്കാര്യം പാടെ മറക്കുന്നു. ഉമ്മാമയുടെ കാച്ചിക്കോന്തല പിടിച്ചുകൊണ്ട് കൂടെ നടക്കുന്നു.

"മീനെന്താ കിട്ട്യത്?"

"കുഞ്ഞൻമത്തീം അയക്കൂറേം."

"മത്തി നെല്ലിക്കയിട്ട് വരട്ടിക്കോ. അയക്കൂറ വറുത്തരച്ച് വെച്ചോ."

ഉമ്മാമ പണിക്കാരികളുടെ നേതാവായ കദീശയ്ക്ക് നിർദേശങ്ങൾ കൊടുക്കുന്നു.

"തേങ്ങ ഇങ്ങള് തന്നെ കണക്കാക്കി തന്നേക്ക്. ഉലുവേം കടുകും എണ്ണേം മാണം. പൊരിക്കാനൊന്നും കിട്ടീക്കില്ല. അയക്കൂറ നന്നച്ചെറുതാ പൊരിക്കാൻ തെകയൂലാ. കടപ്പൊറത്ത് മീനടിഞ്ഞിക്കോലെ. മൊയ്ത്യാക്കാനെ അയച്ചെങ്കില്....."

"രാവിലെ സാമാനമുറി തൊറന്നപ്പോ ഓക്കൊന്നും ബേണ്ട. മനുശ്യന് സൈ്വര്യം തരാത്ത ജാത്യള്."

"അന്നേരം മറന്നോയതാ. പാത്തുമ്മാ തേങ്ങ മുപ്പത്തീന്റെ മുന്നില് ബെച്ച് കൊടുക്ക്."

ഒരു വലിയ തട്ടിൽ നിറയെ ചിരകിയ തേങ്ങയുമായി പാത്തുമ്മ എത്തുന്നു. ഉമ്മാ തേങ്ങ ഓരോ കൂമ്പാരമാക്കി വെച്ചിട്ട് പറയുന്നു:

"ഇത് ചാറ്റിന്. അയില് വെളുത്തുള്ളി മാത്തരം മതി. തേങ്ങ നല്ലോണം അരയണം. ഇത് പരപ്പിന്. അധികം അരയണ്ട. ഇത് വറക്കാൻ. പെരിഞ്ചീരോം ചെറിയുള്ളീം കറിമസാലേം ചേർത്ത് നല്ലോണം ചോക്കെ വറക്കണം. കരിയരുത്. ചാറിന്റെ നിറം മാറിക്കണ്ടാ പുതിയാപ്ല പിഞ്ഞാണത്തോടെ വലിച്ചെറിയും." ഉമ്മാമ താക്കീത് ചെയ്യുന്നു.

'പുതിയാപ്ല' അവളുടെ ബാപ്പയാണ്. ബാപ്പയ്ക്ക് മൂക്കത്താണ് ശുണ്ഠി. ബാപ്പയെ എല്ലാവർക്കും പേടിയാണ്. അവൾക്കും. കൂട്ടാന് എരിവോ പുളിയോ ഉപ്പോ കുറഞ്ഞാൽ വീട് കുലുങ്ങും. നാടറിയും. രാത്രി പീടികപൂട്ടി വരുമ്പോൾ ബാപ്പ അവൾക്ക് അരിച്ചക്കരയും അരിമുറുക്കും ഈത്തപ്പഴവും വാങ്ങിക്കൊണ്ടു വരാറുണ്ട്. ഏഴരവണ്ടിക്കാണ് ബാപ്പ എത്തുക. വന്നതും നീട്ടിയൊരു വിളിയാണ് "പാത്തൂട്ടി..." വിളി കേൾക്കാൻ അവൾ കാത്തിരിക്കുകയായിരിക്കും. പക്ഷേ, അടുത്തെത്തുമ്പോൾ വിറയൽ. ബാപ്പ മുഖത്തേക്ക് സൂക്ഷിച്ച് നോക്കുമ്പോൾ അവൾ അറിയാതെ തേങ്ങിപ്പോകുന്നു. കാണുമ്പോൾ ബാപ്പയ്ക്ക് കലി.

"എന്തിനാ ഹിമാറേ മോങ്ങണത്? അയിശോമാ...."

അതൊരട്ടഹാസമാണ്. അതോടെ അവളുടെ തേങ്ങൽ നിലവിളിയാകുന്നു. ഉമ്മ ഓടിയെത്തി. ആലിലപോലെ വിറയ്ക്കുന്ന അവളെയും കൂട്ടി അകത്തേക്കു നടക്കുമ്പോൾ തുടയിൽ നുള്ളിയിട്ട് ശകാരിക്കും.

"മിണ്ടാണ്ടിരിക്കെടീ ബലാലെ."

അവളാണ് ഏറ്റവും ഇളയത്. അവളുടെ ഇക്കാക്കമാരും ഇത്താത്തമാരും വലുതായി. എല്ലാവരും രാവിലെ അണിഞ്ഞൊരുങ്ങി സ്കൂളിലേക്ക് പുറപ്പെടുന്നതു കാണുമ്പോൾ അവൾ കരച്ചിൽ തുടങ്ങും:

"എനക്കും പോണം സ്കൂളില്......"

"നിന്റെ പേക്കാച്ചിക്കാറല് നിർത്ത്. എന്നിട്ട് മതി സ്കൂളിൽപോക്ക്."

വല്യക്കാക്ക പരിഹസിക്കും.

അവൾ ഉറക്കെ കരയുന്നു. കരഞ്ഞ് പ്രതിഷേധിക്കുക. അതാണ് അവളുടെ രീതി.

"ഒന്നു മിണ്ടാതിരിക്കെടാ. ഓളോടാരും മിണ്ടാൻ പോണ്ട. രാവും പകലും ഈ പെണ്ണിന്റെ കാറൽ കേട്ട് എന്റെ തലക്കല്ലിളകി."

തൊട്ടതിനെല്ലാം അവൾ കരഞ്ഞു. അതുകൊണ്ടുതന്നെ ഇക്കാക്കമാരും ഇത്താത്തമാരും അവളെ കളിക്കാൻ കൂട്ടാറില്ല. അവൾ വെറുതേ ശാഠ്യം തുടങ്ങിയാൽ ഉമ്മയുടെ ശകാരം കേൾക്കേണ്ടത് അവരാണ്. ഇന്ന് കരയില്ല.... ഓരോ ദിവസവും രാവിലെ എണീക്കുമ്പോൾ അവൾ തീരുമാനിക്കും. പക്ഷേ കഴിയണ്ടേ? ഇഷ്ടമില്ലാത്തതു കേട്ടാൽ കരച്ചിൽ വരും.

"ഏടെന്ന് കിട്ടി ഉമ്മാക്ക് ഈ കരച്ചപ്പെട്ടിയെ? ഇതിനെ നിങ്ങള് പെറ്റത് തന്യാ?"

ഇക്കാക്കമാർ പരിഹസിക്കുമ്പോൾ ഉമ്മ പറയും:

"അല്ല നായിത്തവിടും നാലണേം കൊടുത്ത് പാണ്ടിച്ചീനോട് വാങ്ങ്യതാ."

കേൾക്കുമ്പോൾ അവൾക്ക് സങ്കടം വന്നുമുട്ടും. പിന്നെ അതോർത്തായി തേങ്ങൽ. തേങ്ങൽ കരച്ചിലാകാൻ അധികനേരമൊന്നും വേണ്ട. ഉമ്മ അവളെ പാണ്ടിച്ചിയോട് വാങ്ങിയതായിരിക്കുമോ? ആയിരിക്കും. ഇക്കാക്കമാരും ഇത്താത്തമാരും ഇങ്ങനെ എപ്പോഴും കരയാറില്ല.

"ഞാൻ മാത്രം എന്തേ ഇങ്ങനെയാകാൻ?"

ഓർക്കുമ്പോൾ കണ്ണു നിറയുന്നു. ഓർത്തോർത്ത് കരഞ്ഞുകൊണ്ടേയിരിക്കും.

"എന്തിനാണ്ടീ വെറുതേ മോങ്ങണത്?"

വല്യക്കാക്ക തലയ്ക്ക് മേടുന്നു.

അവളിങ്ങനെ എപ്പോഴും കരയുന്നതിനെക്കുറിച്ച് അന്നേ വീട്ടിൽ പലേ അഭിപ്രായങ്ങളായിരുന്നു.

"പെണ്ണിന് വാശിയാ. തർക്കം പിടിച്ച് കരയുന്നതാ."

ഉമ്മയും ബാപ്പയും തറപ്പിച്ചുതന്നെ പറയും.

കുട്ടിക്ക് വയറിനു കാര്യമായ എന്തോ അസുഖമുണ്ടെന്നാണ് ഉമ്മാമ പറയുക.

"ഹാജ്യാര് തൊള്ളയിടുന്നത് കേട്ട് കുഞ്ഞൻ പേടിച്ചുപോയതാ."

കാര്യസ്ഥൻ മൊയ്ത്യാൻക്കയ്ക്ക് സംശയമില്ല.

"ഇങ്ങളൊന്ന് മിണ്ടാണ്ടിരിക്കെന്റെ മൊയ്ത്യാക്കാ. സംഗതി അതൊന്നുമല്ല. ഇബിടത്തെ മച്ചുമ്മല് ജിന്നുകളെ പെരുമാറ്റമുണ്ടെന്നാ കേൾവി. അവുള്ള മൊയില്യാരെ വിളിപ്പിച്ച് ഒരു ചരട് മന്തിരിച്ച് കെട്ടണം. ബസി എയ്തി കുടിപ്പിച്ചാലും മതി. മുട്ടത്തോടില് മന്തിരം എയ്തി ഒരു മാറ്റല് കയിപ്പിച്ചാ കുഞ്ഞന്റെ കരച്ചില് മാറും."

പണിക്കാരി കദീശ പറയുമായിരുന്നു.

അവളുടെ ഭർത്താവിന്റെ ഉമ്മയും ഈയിടെ ഇതേ അഭിപ്രായം പറഞ്ഞു.

കേട്ടപ്പോൾ മക്കൾക്കും ഭർത്താവിനും ചിരി.

"ഉമ്മാക്കും മേണ്ടാത്ത ബാപ്പാക്കും മേണ്ടാത്ത പാണ്ടിച്ചിക്കുട്ടീനെ ഓട്ടത്തോണീലിട്ടൊയിക്കിക്കളെ....."

ഇക്കാക്കമാർ നീട്ടിപ്പാടുന്നത് ഇപ്പോഴും കാതിൽ വന്നലയ്ക്കുന്നു. വല്യക്കാക്ക പാടുമ്പോൾ മറ്റുള്ളവർ ഏറ്റുപാടും. ഉമ്മയാണ് രക്ഷയ്ക്കെത്തുക.

"മിണ്ടാണ്ടിരിയെടാ."

തികട്ടി വന്ന കരച്ചിലടക്കിക്കൊണ്ട് ബീപാത്തു എഴുന്നേറ്റു. ഭർത്താവ് ഉച്ചയ്ക്ക് ഉണ്ണാനെത്തും. മക്കളും വരും. ചോറു മേശപ്പുറത്തു കണ്ടില്ലെങ്കിൽ എല്ലാവരുടേയും മുഖം മുഷിയും. അതു കാണുമ്പോൾ അവളുടെ കണ്ണു കലങ്ങും. എന്തിനാ കലങ്ങുന്നത്? അവൾക്കറിയില്ല. തികട്ടി വന്ന തേങ്ങൽ ബീപാത്തു വിഴുങ്ങി.

പേറ്റിച്ചി

"എന്ത് മാമാങ്കം കാണാനാ നായിന്റെ മക്കളേ നിങ്ങള് കാത്തു നിൽക്കുന്നത്? പോയിനെടാ. ഉളുപ്പില്ലാത്ത ചെറ്റകള്. പെണ്ണൊരുത്തി നൊമ്പലംകിട്ടി തൊള്ളപൊട്ടിക്കണത് കേട്ടിട്ട് ഒരു ഡോക്കിട്ടരെ കൂട്ടി ക്കൊണ്ടരാണ്ട് അതിശയം കാണാൻ കൂടീയിരിക്കയാ?"

വേലിക്കരികിൽ കൂടിനിന്ന് കൂട്ടം പറയുന്ന നാട്ടാരെ കണ്ട് മാതയ്ക്ക് അടിമുടി അരിശം. പേറ്റിച്ചിമാതയുടെ നാവിനെ നന്നായി അറിയുന്ന ജനം ഓരോരുത്തരായി പിരിഞ്ഞു.

അകത്ത് കുഞ്ഞിപ്പാത്തു കടിച്ചുപിടിച്ച് വേദന സഹിക്കുകയാണ്. ഉറക്കെ കരയാൻപോലും അവൾക്ക് പേടി. മാത അടുത്തുചെന്നിരുന്ന് വയറ് തടവിയിട്ട് പറഞ്ഞു:

"കുഞ്ഞന്റെ കെടപ്പ് ശരിയല്ലാലോ ഉമ്മേറ്റ്യാറേ. ആസ്പത്രീല് പോണതാ നല്ലത്."

"ബേണ്ട മാതമ്മേ, നാട്ടാര്..... മരിക്കണേങ്കി മരിക്കട്ടെ. ദുരിതം തീരട്ടെ."

"ഇത്തറ പേടിത്തൂറ്യേള് ഇപ്പണിക്കൊന്നും പോവറേനും."

"മാതമ്മേ..... ഇങ്ങളും....."

കുഞ്ഞിപ്പാത്തുവിന്റെ കണ്ണുകളിൽ നിസ്സഹായത. യാചന.

"തന്തയില്ലാത്ത ഒന്നിനെ നിങ്ങളും വയറ്റിലിട്ടതല്ലേ മാതമ്മേ, എന്നാ യിരിക്കും നിങ്ങളും മനസില്. തന്ത ആരാണെന്ന് മാതയ്ക്ക് അന്നും ഇന്നും നല്ല തിട്ടമാ. അത് നാട്ടാരെ ബോധ്യപ്പെടുത്തണമെന്ന് തോന്നി യില്ല. നാട്ടാരെ നേരിടാനുള്ള കരുത്തുണ്ടായിരുന്നു മാതയ്ക്ക്. നയിച്ചു കഴിയാനുള്ള ഊക്കും. പെണ്ണായാ കരുത്തുവേണം."

പറയുമ്പോൾ മാതയുടെ വാക്കുകൾ കടുത്തു.

മാത പായിൽ കുന്തിച്ചിരുന്ന് കുഞ്ഞിപ്പാത്തുവിന്റെ ഊര തടവി. കുഞ്ഞിപ്പാത്തുവിന്റെ മുഖം കടലാസുപോലെ വിളറിയിരുന്നു.

"എന്റള്ളോ.... ബയ്യായേ....... ഞാനിപ്പം മരിച്ചുപോകും."

കുഞ്ഞിപ്പാത്തുവിന്റെ കരച്ചിലിനു ശക്തിയേറി.

"ഇങ്ങളെണീച്ച് ലേശം നടക്ക്. എന്നാലേ കുട്ടിത്തല താണ് വരൂ."

"തലചുറ്റുന്നു. നടക്കാനുള്ള കെൽപ്പില്ല."

"ഇങ്ങളെ അടുപ്പിൽ തീപൂട്ടിയ അടയാളമൊന്നും കാണാനില്ലാലോ. തിന്നലും കുടിക്കലുമൊന്നുമില്ലേ?"

പുകയാത്ത അടുപ്പ് നോക്കി മാത ചോദിച്ചു.

കുഞ്ഞിപ്പാത്തുവിന്റെ കണ്ണിൽനിന്ന് വെള്ളം കുടുകുടെ ഒഴുകി.

"പണിക്കൊന്നും പോവാറില്ല. നാട്ടാരുടെ നോട്ടം കാണുമ്പോ ആകെ ഒരു വിറയലാ."

"ഇങ്ങളിത്തറ പാവായിപ്പോയല്ലോ. ഓര് നോക്കീന്നെച്ചിട്ട് നിങ്ങക്കെന്താ? ഓരെ ചെലവാ ഇങ്ങക്ക്? പൂവാമ്പറ നാട്ടാരോട്. ഇങ്ങള് ലേശം നേരം ഒറ്റയ്ക്കിരി. ഞാനിതാ എത്തിപ്പോയി."

മാത ശരംവിട്ടപോലെ പുറത്തേക്കിറങ്ങി.

"മാതമ്മേ..... എനക്കാരുല്ലാ......."

ഉടുത്തിരുന്ന മുണ്ട് നനയുന്നത് കുഞ്ഞിപ്പാത്തു അറിഞ്ഞു. അവൾ പതുക്കെ എണീറ്റ് ഇരുമ്പുപെട്ടി തുറന്നു. പഴകിക്കീറിയ രണ്ട് മുണ്ടുള്ളത് ചുരുട്ടി അടുത്തുവെച്ചു. അപ്പോഴേക്കും ആകെ പരവേശം.

"കൊടിയ പഹയാ..... പടച്ചോൻ പൊറുക്കൂലാ. നുരച്ചു ചാവും."

അവൾ ഉള്ളു നൊന്ത് പ്രാകി.

ബാപ്പയെ കണ്ട ഓർമയില്ല. അവളെ വയറ്റിലായപ്പോൾ ബാപ്പ തെക്കെങ്ങോ ചെന്ന് വേറെ പെണ്ണുകെട്ടിയെന്ന് ഉമ്മ പറഞ്ഞു കേട്ടിട്ടുണ്ട്. എല്ലാറ്റിനും തുണയായ ഉമ്മ മരിക്കുമ്പോൾ അവൾക്ക് വയസ്സ് പതിനാറായതേ ഉള്ളൂ. മഴ പെയ്താൽ വെള്ളം അകത്തേക്കിറങ്ങുന്ന ഒരു കുടിലും പത്തുസെന്റ് സ്ഥലവും മാത്രമാണ് സ്വന്തമായുള്ളത്. ഉറ്റവരും ഉടയവരുമില്ലാത്ത കുഞ്ഞിപ്പാത്തുവിനെ നാട്ടുകാരാണ് ഹാജ്യാരുടെ വീട്ടിൽ ഏൽപ്പിച്ചത്. അവിട ഹാജ്യാരും ഭാര്യയും മാത്രമേയുള്ളൂ. മൂന്ന് ആൺമക്കളുള്ളത് പുറംനാടുകളിൽ. പേടിക്കാനൊന്നുമില്ലെന്ന് എല്ലാവരും പറഞ്ഞു.

"ഹാജ്യാര് മനസുവെച്ചാ നിന്നെ ഒരു വയിക്കാക്കാൻ പാടേതുമില്ല."

അയലത്തെ കദീസാത്ത ആശ്വസിപ്പിച്ചു.

ഹജ്ജുമ്മയ്ക്ക് സുഖക്കേടൊഴിഞ്ഞ നേരമില്ല. മരുന്നും കഷായവുമായി കഴിയുന്നു. ഭാരിച്ച പണികളൊന്നുമില്ല കുഞ്ഞിപ്പാത്തുവിന്. ഹജ്ജുമ്മയ്ക്ക് നേരാനേരം മരുന്നും ആഹാരവും കൊടുക്കണം. ഹാജ്യാർ വിളിച്ചിടത്തും പറഞ്ഞിടത്തും എത്തണം. കുറച്ചുകാലംകൊണ്ട് കുഞ്ഞിപ്പാത്തു ചുവന്നു തുടുത്തു. വെള്ളം കൊടുത്തപ്പോൾ ഹാജ്യാരുടെ കൈയ് അവളുടെ കൈയിൽ പിടിമുറുക്കിയതിന്റെ പൊരുൾ അവൾക്ക്

പിടികിട്ടിയില്ല. അവൾക്ക് ആ മുഖത്ത് നോക്കാൻതന്നെ പേടിയാണ്. താടി നരച്ചെങ്കിലും കുറുക്കന്റെ കണ്ണുകളാണ് ഹാജ്യാർക്ക്.

"എടീ പെണ്ണേ" എന്ന് മറ്റുള്ളവർ കേൾക്കേ വിളിക്കുമ്പോൾ അയാളുടെ സ്വരം കടുക്കും. അതവളെ പേടിപ്പിക്കാറില്ല. പക്ഷേ, ഒറ്റയ്ക്കാകുമ്പോൾ കണ്ണിറുക്കിയുള്ള ആ നോട്ടം അവളെ വല്ലാതെ ഭയപ്പെടുത്തി.

വീട്ടിലെ മറ്റു പണിക്കാർ സന്ധ്യമയങ്ങുന്നതോടെ അവരുടെ കുടിലുകളിലേക്കു പോകും. ഹജ്ജുമ്മ നേരത്തേ ഭക്ഷണം കഴിഞ്ഞ് മരുന്ന് കഴിച്ച് കിടക്കും. ഹാജ്യാർക്ക് രാത്രി ഇറച്ചിയും പത്തിരിയും തേങ്ങാപ്പാലൊഴിച്ച് കഞ്ഞിയും വേണം. അതെല്ലാം ഒരുക്കുന്നത് കുഞ്ഞിപ്പാത്തുവാണ്. കാടൻപൂച്ചയെപ്പോലെ മുക്കറയിട്ടുകൊണ്ടാണ് ഹാജ്യാരുടെ തീറ്റ. കണ്ടാൽ അറയ്ക്കും. തീറ്റ കഴിഞ്ഞാൽ കാലിൽ തൈലംപുരട്ടി ചൂടുപിടിച്ചു കൊടുക്കണം. അതുകഴിഞ്ഞ് പാത്രങ്ങൾ കഴുകിവെച്ച് അടുക്കള വൃത്തിയാക്കി കുഞ്ഞിപ്പാത്തു കിടക്കുമ്പോൾ തളത്തിലെ ക്ലോക്കിൽ മണി പതിനൊന്നടിക്കും. പായയിൽ വീഴുന്നതും അവളുടെ കണ്ണടയും. ഹജ്ജുമ്മയുടെ കട്ടിലിനു താഴെ പായ വിരിച്ചാണ് അവളുടെ കിടപ്പ്. ഹാജ്യാർ അടുത്ത മുറിയിലും. ഒരു ദിവസം രാത്രി ഭാരമുള്ളതെന്തോ ദേഹത്ത് വന്നു വീണതറിഞ്ഞ് അവളുടെ ഉറക്കം ഞെട്ടി. പേടിച്ചരണ്ട് ചാടി എഴുന്നേൽക്കാൻ ശ്രമിച്ചു. അനങ്ങാൻ വയ്യ. നിലവിളിക്കാൻപോലും ആവുന്നില്ല. ഉള്ള ഊക്കാലേ കരഞ്ഞു.

"അള്ളോ..... ഉമ്മാ...."

"എന്താ ആരാ കരഞ്ഞത്?"

ഹജ്ജുമ്മ ചോദിക്കുന്നതു കേട്ടാകണം അവൾ സ്വതന്ത്രയായി. ഇരുട്ടിൽ ഒരു നിഴൽ ധൃതിയിൽ അകന്നുപോയി. എവിടെയൊക്കെയോ നീറ്റൽ. മനസിലും മുറിവ്. കുറേനേരത്തിന് ഉറക്കം വന്നില്ല. ആകെ തളർന്നതുപോലെ. വെളുക്കാറായപ്പോഴാണ് ഒന്നു മയങ്ങിയത്.

"എടീ പെണ്ണേ, വെയിലുദിച്ചിട്ടും എണീക്കാനായില്ലേ?"

ഹാജ്യാർ പുറംകാലുകൊണ്ട് തട്ടി വിളിച്ചപ്പോഴാണ് അവൾ ഉണർന്നത്. ആ മുഖത്തേക്ക് വെറുതേ തുറിച്ചു നോക്കി.

"എന്താടീ നോക്കിപ്പേടിപ്പിക്കുന്നത്? ചായ കൊണ്ടാ."

അലർച്ച.

അവൾ തിരക്കിട്ടെഴുന്നേറ്റ് പായ തെറുത്തു. രാത്രി വെറുതേ ദുഃസ്വപ്നം കണ്ടതാവും. സ്വയം സമാധാനിക്കാൻ ശ്രമിച്ചു. പണികൾക്കിടയിൽ അക്കഥ മറക്കുകയും ചെയ്തു. പിറ്റേന്ന് രാത്രിയും അതാവർത്തിച്ചപ്പോൾ അവൾ കുതറി എണീറ്റ് നിലവിളിച്ചു. വിളികേട്ട് ഉണർന്ന ഹജ്ജുമ്മ ലൈറ്റിട്ടു. അതിനുമുമ്പ് അയാൾ വാതിൽക്കലെത്തിയിരുന്നു.

"പാതിരാ നേരത്ത് ഈ പെണ്ണ് എന്തിനാ കെടന്ന് അലറണത്?
മനിശനെ ഒറങ്ങാൻ സമ്മയിക്കൂലാല്ലോ."

വാതിൽക്കൽ നിന്നുകൊണ്ട് അയാൾ അരിശപ്പെട്ടു.

"എന്താടീ.... എന്തിനാ നെലോളിച്ചത്?"

ഹജ്ജുമ്മ തിരക്കി.

അവൾക്ക് മിണ്ടാനായില്ല. എല്ലാം ഹജ്ജുമ്മയോട് തുറന്നുപറഞ്ഞിട്ട് ഇറങ്ങിപ്പോകണമെന്നുണ്ടായിരുന്നു. കെട്ടിമേയാത്ത കുടിലിനെ ഓർത്തപ്പോൾ അവൾ അടങ്ങി.

"വാതില് കുറ്റിയിട്ടേക്കട്ടേ?"

പിറ്റേന്ന് കിടക്കാൻ നേരം അവൾ ചോദിച്ചു.

"മേണ്ട. മൂപ്പര് അപ്പറത്ത് ഒറ്റയ്ക്കല്ലേ? വിളിച്ചാലും പറഞ്ഞാലും കേക്കൂലാ."

ഹജ്ജുമ്മ വിലക്കി.

അന്ന് അവൾ കുറേനേരം ഉറങ്ങാതെ കിടന്നു. ക്ഷീണംകൊണ്ടാകണം അറിയാതെ മയങ്ങിപ്പോയി. ആരോ ശരീരത്തിലേക്ക് വീഴുന്നതായി തോന്നിപ്പോൾ അവൾ ഊക്കോടെ തള്ളി. വായ പൊത്തിപ്പിടിച്ചിരുന്നു. കൈയ് ഉരുക്കുപോലെ. ഏറെ നേരത്തെ ശ്രമംകൊണ്ടാണ് സ്വതന്ത്രയായത്. ചാടി എഴുന്നേറ്റ് ലൈറ്റിട്ടു. അയാൾ ഉടുതുണി വാരിച്ചുറ്റി വാതിൽക്കലേക്കോടി.

"കള്ളൻ.... ചതിക്കാൻ നടക്കുന്ന കള്ളൻ....."

അവൾ ആർത്തു.

ഹജ്ജുമ്മ ഉണർന്നു.

"എന്താ പെണ്ണേ.....?"

"ഈ പെണ്ണിന് ജിന്ന് കൂടീട്ടുണ്ടെന്നാ തോന്നുന്നത് അന്തിപ്പാതിരാക്കാ നെലോളി."

മുറി വിടുമ്പോൾ അയാൾ അരിശത്തോടെ പിറുപിറുത്തു.

രാവിലെ ഹജ്ജുമ്മ അവളെ വിളിച്ചിട്ട് പറഞ്ഞു.

"നിന്നെ ഇനി ഇബിടെ നിർത്തണ്ടാന്നാ മൂപ്പര് പറേന്നത്. കണ്ടും കേട്ടും നിക്കണോന്ന് ഞാനെപ്പളും പറയാറില്ലേ? മൂപ്പർക്ക് പറ്റാത്തത് എന്തേപ്പം നീ കാട്ട്യത്?"

"അത് രാത്രിയില്......"

പറയാൻ തുടങ്ങിയതാണ്. അപ്പോൾ വാതിൽക്കൽ നരിപോലെ അയാൾ. കുറുക്കൻകണ്ണുകളിൽ ഒടുങ്ങാത്ത പക.

"കമാന്ന് മിണ്ടണ്ട. കെട്ടും മാറാപ്പുമെടുത്ത് വേഗം സ്ഥലം വിട്ടോ."

"ഓക്കെന്തെങ്കിലും കൊടുക്കണ്ടേ?"

"കൊറേ നാളായില്ലേ തിന്നു മുടിക്കുന്നു. അതു മതി."

പിന്നീട് എന്തോ സൗജന്യം ചെയ്യുന്നതുപോലെ നൂറുരൂപയുടെ ഒരു നോട്ടു വെച്ചുനീട്ടി.

"കൊണ്ടോയി ചുട്ടെടാ പന്നീ....." എന്നു പറയണമെന്നുണ്ടായിരുന്നു. അയാൾ നീട്ടിയ നോട്ട് വാങ്ങാതെ അവൾ മുറിവിട്ടു.

"കണ്ടില്ലേ പെണ്ണിന്റെ വമ്പ്."

അയാൾ മുരണ്ടു.

"ഓളൊരു പാവേനും..... ആരോരുമില്ല....."

“നിനിക്ക് ലോകം തിരിഞ്ഞിക്കില്ല. പെണ്ണിന്റെ പോക്ക് ശരിയല്ല. ഞാൻ കൊറേ ദിവസമായി കാണുന്നു. എന്തെങ്കിലും അനർഥം വന്നാല് നാട്ടാരോട് ഞാനാ ഉത്തരം പറയേണ്ടത്.”

അവളെ പറഞ്ഞയച്ചതിന്റെ കാരണം തിരക്കിച്ചെന്ന അയൽക്കാരോട് അയാൾ അവളുടെ കുറ്റം ഓരോന്നായി നിരത്തി.

“മുട്ടേന്ന് വിരിഞ്ഞില്ല..... അപ്പളത്തിനും......”

മാതമ്മ മാത്രമായിരുന്നു ഒരു തുണ. കരിങ്കൽപ്പണി ഏർപ്പാടു ചെയ്തു തന്നതും മാതമ്മ തന്നെ.

“അല്ലാ നിങ്ങള് കെടക്ക്വന്നാ?”

മാതമ്മയുടെ ശബ്ദം ചിന്തയിൽനിന്നുണർത്തി.

“മൗയെന്റേമ്മോ.... ചോരേല് മുങ്ങിക്കല്ലോ..... ഇന്നാ കഞ്ഞി കുടിച്ചോളീ.....”

മാത കൊടുത്ത ചെറുചൂടുള്ള കഞ്ഞി കുഞ്ഞിപ്പാത്തു വലിച്ചു കുടിച്ചു. അതോടെ വീണ്ടും തളർച്ച. നടു പിളരുന്നതുപോലെ. ഓർമ മങ്ങുന്നു. ഒന്നും കാണുന്നില്ല. മുന്നിൽ ഒടുങ്ങാത്ത കറുപ്പ്.

“ചെക്കനോട് കാറുമായി വരാൻ പറഞ്ഞിട്ടുണ്ട്. നിങ്ങള് ബേജാറാവണ്ട. ഓനിപ്പളിങ്ങെത്തും. ഉമ്പക്ക് ആസ്പത്രീല് പോകാം. ഇത് മാതയ്ക്ക് പറ്റുന്ന കേസല്ല.” മാത പറഞ്ഞുതീരുന്നതിനുമുമ്പേ പടിക്കൽ കാറുവന്നുനിന്നു.

“പേര്?”

“കുഞ്ഞിപ്പാത്തു.”

“ഭർത്താവിന്റെ പേര്?”

“ഭർത്താവില്ല”

“മരിച്ചുപോയതാ?”

“അറിലാ”

“നിങ്ങളെന്താ തള്ളെ ആളെ കളിയാക്കുകാ?”

ഓ പി ചീട്ടെഴുതുന്ന ചെറുപ്പക്കാരൻ മാതയോട് കയർത്തു.

“ഇതാപ്പം കൂത്ത്. ഞാനെന്താ നിങ്ങളെ കളിയാക്കുന്നത്?”

“പിന്നെ? ഈ സ്ത്രീയുടെ ഭർത്താവിന്റെ പേരാ ഞാൻ ചോദിച്ചത്?”

“അതിനുള്ള മറുപടിയാ ഞാ പറഞ്ഞത്.”

“ഭർത്താവില്ലാതെ പിന്നെ ദിവ്യഗർഭാ?”

“തന്നേന്ന് കൂട്ടിക്കോളീ. ഭർത്താവില്ലാത്തോലെ ഈടെ കിടത്തരുതെന്ന് നിയമമൊന്നുമില്ലല്ലോ? കിന്നാരം ചോയിക്കാണ്ട് ചീട്ടെയ്ത് ബാല്യക്കാരാ. ഓള് ചോരേല് മുങ്ങീത് കാണുന്നില്ലേ?”

മാത കയർത്തപ്പോൾ അയാൾ പറഞ്ഞു:

“എന്നാൽ അഡ്മിറ്റ് ചെയ്യുന്ന ആളുടെ പേരു പറ.”

“മാത.”

“ഇവർക്ക് സ്വന്തക്കാരാരുമില്ലേ?”

“ഇപ്പം ഞാളാ സ്വന്തക്കാര്. വേറാരേം മഷിയിട്ട് നോക്കീട്ട് കണ്ടില്ല.”

"അമ്മേ......"

മകൻ കണ്ണൻ വിളിച്ചപ്പോൾ മാത പറഞ്ഞു:

"നീ കുന്തം മിണുങ്ങിയ മാതിരി നിക്കാണ്ട് ഓളെ പ്രസവമുറിയിലെത്തിക്കാൻ നോക്ക്."

ഉന്തുവണ്ടിയിൽ കിടത്തുമ്പോൾ കുഞ്ഞിപ്പാത്തുവിന് നിലവിളിക്കാൻപോലും ശക്തിയുണ്ടായിരുന്നില്ല.

"ഉമ്പക്ക് പോയാലോ?"

കണ്ണൻ ചോദിച്ചത് കേട്ട് മാത കയർത്തു.

"അക്കുട്ടീനേം ഇക്കോലത്തില് ഈടെ ഒറ്റയ്ക്കാക്കീട്ട് പോകാനോ? ഉളുപ്പുണ്ടോ നിനിക്ക്?"

"ഓർക്ക് എന്തെങ്കിലും പറ്റ്യാല് ഞമ്മള് ഉത്തരം പറയേണ്ടിവരും."

"ഞാൻ പറഞ്ഞോളാം. നിനക്ക് പേടീണ്ടെങ്കി നീ പോ."

"കുഞ്ഞിപ്പാത്തുവിന്റെ ആളാരാ?"

അപ്പോഴേക്കും പ്രസവമുറിയുടെ വാതിൽക്കൽനിന്ന് നഴ്സ് വിളിച്ചു ചോദിച്ചു. മാത അങ്ങോട്ടേക്കോടി.

"എന്തേനും?"

"ചോര കയറ്റേണ്ടി വരും. ബന്ധുക്കളാരെങ്കിലും കൂടെയുണ്ടോ?"

"ഞാള് രണ്ടാളുണ്ട്."

"അവരുടെ സ്വന്തത്തിലുള്ളതാണോ?"

"ആണെന്ന് കൂട്ടിക്കോളീ. ഓറ് കുഞ്ഞിപ്പാത്തു. ഞാൻ മാത, ഇത് കണ്ണൻ. ഞാളെ ചോര ചേരോ?"

നഴ്സിന്റെ മുഖത്ത് പകപ്പ്.

"ലേബിലേക്ക് ചെല്ലൂ. ചോര പരിശോധിച്ചാലേ പറയാനാകൂ."

ചോര കൊടുത്ത് തിരിച്ചെത്തിയ കണ്ണനെ അണച്ചുപിടിച്ച് മാത ചോദിച്ചു:

"എന്റെ മോൻ കൊയങ്ങിയോ?"

"ഇല്ലമ്മേ. ഓറ്ക്ക് ഇനിയും ചോര വേണ്ടിവരുന്നാ പറേണത്."

"എന്റെ മുത്തപ്പാ..... അയിനെന്താ ഒരു ബയി?"

"ഞാനൊന്നു പൊറത്തിറങ്ങി നോക്കട്ടെ. മീൻകാരൻ അസ്സനോടൊന്ന് ചോയ്ച്ച് നോക്കാം."

"ഇഞ്ഞി ആദ്യം പൊരേച്ചെന്ന് ചോറ് ബെയിക്ക്."

"ഞാനിപ്പം വരാം. വരുമ്പോ അമ്മയ്ക്കുള്ള ചോറും കൊണ്ടരാം."

തല ഉയർത്തി ഇറങ്ങിപ്പോകുന്ന മകനെ കണ്ടപ്പോൾ മാതയ്ക്ക് അഭിമാനം.

മോൻ കണ്ണൻ ഒത്ത ആളായിരിക്കുന്നു. അവന്റെ അച്ഛനെപ്പോലെ.... അവന്റെ അച്ഛനാരെന്ന് നാട്ടാരെ ബോധ്യപ്പെടുത്തണമെന്ന് മാതയ്ക്ക് തോന്നിയില്ല. അയാൾ ചതിച്ചു കടന്നുകളഞ്ഞതായിരുന്നെങ്കിൽ മാത ആ കുഞ്ഞിനെ പ്രസവിക്കില്ലായിരുന്നു. കണ്ടു മോഹിച്ചു വന്നപ്പോൾ തടയാനായില്ല. ചതിക്കണമെന്ന് അയാൾക്കുമുണ്ടായിരുന്നില്ല. ദൈവം ചതി

ച്ചു. അതിന് ആരെ കുറ്റപ്പെടുത്തും? അയാൾക്ക് മാതയെ ഉയിരായിരുന്നു. താലിയുമായി ഉടനെ എത്താമെന്ന് വാക്കു കൊടുത്തതാണ്. മാതയ്ക്ക് പിഴച്ചവളെന്ന പേരു കേൾക്കാനായിരുന്നു വിധി. ഉറക്കെ പറഞ്ഞവരോട് മാത അങ്കംവെട്ടി. ഒരുമ്പെട്ടോളെന്ന് അമ്മ വിളിച്ചപ്പോൾ മാത്രമാണ് മാത തളർന്നത്. എന്നിട്ടും തല കുനിച്ചില്ല. പിടിച്ചുനിന്നു. പണിയെടുത്ത് ചെലവിനുള്ളതുണ്ടാക്കി.

മാത വാഴച്ചുവട്ടിലിരുന്ന് ഓക്കാനിക്കുന്നത് കണ്ട അച്ഛൻ വീടുവിട്ടിറങ്ങി. ഏഴാം ദിവസം അച്ഛന്റെ ജഡം പറങ്കിമാവിൻചില്ലയിൽ തൂങ്ങുന്നത് കണ്ട് പിടഞ്ഞുവീണ അമ്മ പിന്നീട് എഴുന്നേറ്റില്ല.... മാത തനിച്ചായി. അതോടെ നാവിനു മൂർച്ചകൂടി. ആരുടെയും സഹായമില്ലാതെ ഒറ്റയ്ക്കുതന്നെ പ്രസവിച്ചു. പായിലിരുന്ന് കറിക്കത്തികൊണ്ട് പൊക്കിൾക്കൊടി അരിഞ്ഞു. മറുപിള്ള അടുക്കളമുറ്റത്ത് കുഴിച്ചിട്ടു. വേലിക്കൽ ഒളിഞ്ഞു നിന്നവരെ പുളിച്ച ചീത്ത വിളിച്ചു. തോട്ടിലിറങ്ങി കുളിച്ചു. കുഞ്ഞിനേയും കുളിപ്പിച്ചു. ഒരാഴ്ച കഴിഞ്ഞപ്പോൾ ജോലിക്കും പോയിത്തുടങ്ങി. പുല്ലരിഞ്ഞ് ചന്തയിൽ കൊടുത്താണ് ആദ്യമാദ്യം അരിക്കുള്ള വക കണ്ടെത്തിയത്. കുറേനാൾ കൃഷിപ്പണിക്കും പോയി. കണ്ണോത്തെ യശോദയുടെ പേറെടുത്തതോടെയാണ് മാത പേറ്റിച്ചിമാത ആയത്. കഞ്ഞികുടിക്കാൻ വകയില്ലാത്തവളായിരുന്നു യശോദ. അവളുടെ തീയനാകട്ടെ മുഴുക്കുടിയനും. ചിരുതയായിരുന്നു നാട്ടിലെ ഏക പേറ്റിച്ചി. മടി നിറച്ചും കിട്ടുന്നിടങ്ങളിലേ ചിരുത പോകൂ. യശോദയുടെ തീയൻ കേണുപറഞ്ഞിട്ടും ചിരുത ചെന്നില്ല. മാത രണ്ടും കൽപ്പിച്ചിറങ്ങി. എളുപ്പത്തിൽ പ്രസവവും കഴിഞ്ഞു. അതോടെ നാട്ടിൽ മാതയുടെ സ്ഥാനമുയർന്നു.

"ആരായാലും നീ പറ. നിന്റച്ചൻ ഓനെ തേടിപ്പിടിച്ച് നിന്റെ മംഗലം കയിപ്പിക്കും."

വയറ്റിലാണെന്നറിഞ്ഞപ്പോൾ അമ്മ പലതവണ കെഞ്ചി. ആൾ ഉയിരോടെ ഉണ്ടെങ്കിലല്ലേ പേരു പറയാനാകൂ. മരിച്ച ആളെ എന്തിന് മാലോകരുടെ മുന്നിൽ കുറ്റക്കാരനാക്കണം? അനങ്ങിയില്ല. അവളുടെ മൗനം അമ്മയെ അരിശപ്പെടുത്തി. അപ്പോഴാണ് അമ്മ അവളെ ഒരുമ്പെട്ടോളെന്ന് വിളിച്ചത്. എന്നിട്ടും അമ്മ അച്ഛനെ അറിയിച്ചില്ല. അറിഞ്ഞപ്പോൾ അമ്മ പേടിച്ചതുതന്നെ നടന്നു.

ഉത്സവപ്പറമ്പിൽവെച്ചാണ് ആദ്യമായി കണ്ടത്. തണ്ടും തടിയുമൊത്തവൻ. കട്ടി മീശ, ചുരുളൻ തലമുടി, എണ്ണക്കറുപ്പ്. കനമുള്ള ഒച്ച.

"സോപ്പ്, ചീപ്പ്, കരിമഷി, കുപ്പിവള, ചിന്ദൂരം...."

ഈണത്തിലുള്ള വിളികേട്ട് മാതയും കൂട്ടരും ഒന്നിച്ച് കുതിച്ചു.

"വരണം, വരണം, ചിപ്പിവള, കുപ്പിവള, മുത്തുവള, മങ്കമാരുടെ നെറ്റിയിലിടാൻ ചാന്തുപൊട്ട്."

"ഇതിനെന്താ വെല?"

പച്ചപ്പൊട്ടുള്ള ചുവന്ന കുപ്പിവള ചൂണ്ടിക്കാണിച്ച് മാത ചോദിച്ചു.

"വെലയൊക്കെ പിന്നീട്. കൈ നീട്ടിക്കേ."

"ആദ്യം വെല പറ."

"വെല വേണ്ടെന്നേ."

"നിങ്ങടെ ഓശാരമൊന്നും ഞാക്ക് മേണ്ട."

അരിശപ്പെട്ടു.

"അയ്യോടാ, നോട്ടം കണ്ടില്ലേ? കരളിലൊടക്കിയല്ലോ."

"ആള് തരക്കേടില്ലാലോ. പൂങ്കൊമ്പ് നോക്കിയല്ലേ പിടിച്ചത്."

കൂട്ടുകാരികളുടെ കൂട്ടച്ചിരി. അവരുടെ കൂട്ടത്തിൽ ചേലുള്ളവൾ മാത തന്നെ. പൊൻനിറം. വടിവൊത്ത മേനി, മുട്ടോളമെത്തുന്ന മുടി, അര ക്കെട്ടുലച്ച് മാത നടക്കുമ്പോൾ മേനിയാകെ കുലുങ്ങും. നോട്ടമിടഞ്ഞാൽ കരളൊന്നാളും. ആരോടും കൈകെട്ടിനിന്ന് ന്യായം പറയുന്ന മാത വള ക്കാരന്റെ കിന്നാരത്തിന് ഉത്തരം പറയാതെ തിരിഞ്ഞു നടന്നപ്പോൾ കൂട്ടു കാരികൾ കളിയാക്കി.

"മാതന്റെ നാവിന് കടിഞ്ഞാണിട്ടോൻ ചില്ലറക്കാരനല്ലല്ലോ."

"നിങ്ങള് വരീൻ കൂട്ടരേ. ഇവിടെ വേറേം വളക്കാരുണ്ടോന്ന് നോക്കാലോ."

നാണംകൊണ്ട് തുടുത്ത മുഖം കൂട്ടുകാരികൾ കാണാതിരിക്കാൻകൂ ടിയാണ് മാത പെട്ടെന്നു തിരിഞ്ഞുനടന്നത്.

പിറ്റേന്ന് തോട്ടിൽ തുണി ഒലുമ്പിക്കൊണ്ടു നിന്നപ്പോൾ ഇമ്പം കിനി യുന്ന ഒച്ച.

"വളവള...... കുപ്പിവള.... ചാന്ത് ചിന്തൂരം...."

അറിയാതെയെന്നോണം തോട്ടുവരമ്പത്ത് കയറി നിന്ന് ശബ്ദം വന്ന വഴിയേ നോട്ടമയച്ചു.

"തേടിയ വള്ളി കാലിൽ ചുറ്റിയെന്നു പറഞ്ഞപോലായല്ലോ. നേരം വെളുത്തപ്പം തൊട്ട് അന്നഴിച്ചു നടക്കുന്നു. വീടറിയാമോ? പേരറിയാമോ? ദൈവം തുണച്ചു."

"എന്തിനാ എന്നെത്തേടി നടന്നത്?"

മാതയുടെ സ്വരം ചിലമ്പിച്ചു.

"കരളുംകൊണ്ട് കടന്നുകളഞ്ഞാ പിന്നെന്തോന്ന് ചെയ്യും?"

അയാളുടെ വാക്കുകളിലെ കുസൃതി.

ആരോടും എടുത്തടിച്ചു പറയുന്ന മാതയ്ക്ക് മിണ്ടാട്ടമില്ല.

"ആ കൈയിങ്ങു നീട്ടിക്കേ."

മാതയ്ക്ക് എതിർക്കാൻ കഴിയുന്നതിന് മുമ്പ് അയാൾ അവളുടെ ഇരു കൈകളിലും നിറയെ ചുവന്ന കുപ്പിവളകൾ അണിയിച്ചു. മാത തരിച്ചങ്ങനെ നിന്നു.

"കൈകൾക്കിത്രയും ചന്തമോ? മാധവൻ പത്തുകൊല്ലമായി വള ക്കച്ചവടം തുടങ്ങിയിട്ട്. ഇതുപോലൊരു കൈ....."

മാത പെട്ടെന്ന് കുതറിമാറി തോട്ടിലേക്കിറങ്ങി.

"നാളെ ഈ നേരത്ത് ഞാൻ വരും. കണ്ടില്ലെങ്കിൽ മാധവൻ കണ്ടു പിടിക്കും."

ഉറച്ച വാക്കുകൾ.

"നീയെന്താ പെണ്ണേ വെള്ളത്തിൽ തപസ്സിരിക്യാ?"

തുണിക്കെട്ടുമായെത്തിയ ചിരുത ചോദിച്ചപ്പോൾ മാത ഒന്നും മിണ്ടാതെ കരയ്ക്കു കയറി.

"ഈ പെണ്ണിനെന്തു പറ്റി? ഇഞ്ഞി കുളിക്കുന്നില്ലേ?"

"പിന്നെ വരാം."

മാത തുണികളുമായി ധൃതിപ്പെട്ടു നടന്നു.

പിറ്റേന്ന് പറഞ്ഞതുപോലെ അയാളെത്തി. ആദ്യം അറച്ചുനിന്ന മാത പിന്നീട് തുരുതുരെ മിണ്ടിത്തുടങ്ങി. നാട്ടുകാര്യവും വീട്ടുകാര്യവും പറഞ്ഞു.

"ഞാൻ പെണ്ണു ചോദിച്ചു വന്നാ വീട്ടുകാർ പിണങ്ങുമോ?"

"ഊരും പേരുമറിയാതെ...... ഉറ്റവരും ഉടയവരുമില്ലാതെ....."

"വീടുണ്ട്. അങ്ങ് എറണാകുളത്തിനടുത്ത്. അമ്മയുണ്ട്. രണ്ട് സഹോദരിമാർ. രണ്ടിനും ഞാനേ തുണയുള്ളൂ. അമ്പതുപറ നിലമുണ്ട്. അതുകൊണ്ടൊന്നുമാകില്ല. അതല്ലേ വളക്കച്ചവടത്തിനിറങ്ങിയത്. ഈ ചന്ത കഴീമ്പം മൂത്ത പെണ്ണിനെ കെട്ടിക്കണം. എല്ലാം പറഞ്ഞ് ഉറപ്പിച്ചിരിക്കയാ. വീട്ടിച്ചെന്ന് അമ്മയേം അനിയത്തിയേം വിളിച്ചോണ്ട് വരട്ടോ? കൂടെപ്പോരുമോ?"

മാതയ്ക്ക് ഒന്നും മിണ്ടാൻ വയ്യ.

പത്തു ദിവസത്തെ ആറാട്ടുചന്ത പത്താം ദിവസത്തെ വെടിക്കെട്ടോടെ പിരിയുന്നു. രാത്രിയിൽ ആറാട്ടുപറമ്പിൽ എന്നും ഓരോരോ പരിപാടി. നാടുറങ്ങാത്ത നാളുകൾ. രാത്രിയിൽ നാട്ടുകാർ മുഴുവൻ ആറാട്ടുപറമ്പിൽ ഒത്തുകൂടുന്നു. മാതയും കൂട്ടുകാരികളും കിന്നാരം പറഞ്ഞുകൊണ്ട് ആറാട്ടുപറമ്പിൽ വെളുക്കുവോളം ചുറ്റിത്തിരിയും. അക്കൊല്ലം മാതയ്ക്ക് ഒന്നും കാണണ്ട. വീട്ടിനകത്ത് ചടഞ്ഞിരിക്കുന്ന മകളെക്കണ്ട് മാതയുടെ അമ്മയ്ക്ക് അതിശയം.

"പെണ്ണിനിക്കൊല്ലം എന്തുപറ്റി?"

"എന്തു പെണ്ണേ, നാടകം കാണാൻ പോരുന്നില്ലേ?"

അച്ഛനും ചോദിച്ചു.

മാത വെറുതേ തലയാട്ടി.

"എന്നാ വാതിലടച്ചു കെടന്നോ. ഞാള് വേഗം വരാം."

അച്ഛനുമമ്മയും ആറാട്ടുപറമ്പിലെത്തിയതും അയാളെത്തി. അവളുടെ മുന്നിൽ പുതിയൊരു ലോകം. പത്താം ദിവസം വെടിക്കെട്ടു തകർക്കുമ്പോൾ മാത അയാളുടെ മാറിൽ കിടന്നു തേങ്ങുകയായിരുന്നു.

"എന്നെക്കൂട്ടാണ്ടെ പോവ്വ അല്ലേ....."

"കരയല്ലേ കരളേ...... ഞാൻ പോയിട്ടുടനെ വരും. മുറപോലെ. നിന്നേയും കൊണ്ടേ പോകൂ."

"ഞാൻ അമ്മയോട് പറയട്ടേ?"

"ഇപ്പോ വേണ്ട. എണ്ണിക്കൊണ്ടിരുന്നോ. ഏഴാം ദിവസം ഞാനിങ്ങെത്തും."

അവളുടെ കണ്ണീരൊപ്പി സമാധാനിപ്പിച്ചു.

നട്ടപ്പാതിരയ്ക്ക് ആകാശത്ത് കണ്ണുംനട്ട് മുറ്റത്തിരിക്കുന്ന മകളെക്കണ്ട് മാതയുടെ അച്ഛന് കലികയറി.

"അന്തിപ്പാതിരയ്ക്ക് എന്തിനാ പെണ്ണേ മുറ്റത്തിറങ്ങിയത്?"

അച്ഛൻ കയർത്തു.

"വെടിക്കെട്ടു കാണാൻ...."

"വിളിച്ചാ പെണ്ണിനു പോരണ്ട. എന്താ നിന്റെ മനസില്?"

അമ്മയുടെ വാക്കുകളിൽ ഉൽക്കണ്ഠ.

"പെണ്ണിനു വയസ്സ് പതിനാറായെന്ന് ഓർമണ്ടോ നിങ്ങക്ക്?"

അച്ഛന്റെ കനത്ത മൂളൽ.

അച്ഛന്റെ നോട്ടം കണ്ണീ തറച്ചപ്പോൾ മാതയുടെ ഉള്ളിലൊരാളൽ.

അവൾ സമാധാനിച്ചു.

"ഓറ് ചതിക്കൂലാ."

രാവിലെ തോട്ടിലിറങ്ങി പല്ലുതേച്ച് മുഖം കഴുകി കുറ്റിച്ചൂലുമായി മുറ്റമടിക്കാനിറങ്ങിയപ്പോൾ അമ്മ വേലിക്കൽ നിന്ന് ആരോടോ സംസാരിക്കുന്നു. ആദ്യം മാത ശ്രദ്ധിച്ചില്ല. അപ്പോഴേക്കും വേലിക്കൽ പെണ്ണുങ്ങളുടെ പട. വള, വളക്കാരൻ എന്നൊക്കെ കേട്ടപ്പോൾ ചൂല് താഴെയിട്ട് അങ്ങോട്ട് ചെന്നു.

"കരിവീട്ടിപോലത്തൊരു ബാല്യക്കാരനേരുന്നു. നീണ്ടുനിവർന്നു കെടക്കുന്നത് കണ്ടാൽ കരള് കരിഞ്ഞോകും."

"ഇന്നലേം എന്നോട് ലോഗ്യം പറഞ്ഞതാ. ആറുപ്യേന്റെ വള അഞ്ചുറുപ്പികയ്ക്ക് തരാം ചെയ്തു."

മാതയ്ക്ക് വാലും തുമ്പും കിട്ടിയില്ല.

"എന്താ? ആരാ?"

"ആ വളക്കാരൻ തെക്കൻ ആൽത്തറയിൽ നീലിച്ചു കെടക്കുന്നു. കരിമൂർഖനാന്നാ കേട്ടത്."

"നൊണ... ഓറ് ചതിക്കൂലാ...."

ഉറക്കെ വിളിച്ചു പറയണമെന്നുണ്ടായിരുന്നു മാതയ്ക്ക്. നാവനങ്ങുന്നില്ല. കണ്ണ് നിറഞ്ഞുതുളുമ്പിയോ?

"അങ്ങാരോ ചത്തതിന് നിനിക്കെന്താ പെണ്ണേ?"

അമ്മ കയർത്തു.

നേരാ. തെക്കെങ്ങോ ഉള്ള ചെറുപ്പക്കാരൻ ചത്തതിന് മാത കരയുന്നതെന്തിന്? മാത കല്യാണമാകാത്തവൾ. കണ്ടവൻ ചത്തതിന് അലമുറയിട്ടാൽ അതുമതി നാട്ടാർക്ക് കഥ മെനയാൻ.

"അയാളെന്റെ രണ്ടു കൈയിലും കുപ്പിവളയിട്ടുതന്നു. പച്ചപ്പൊട്ടുള്ള ചുവന്ന വള. ഞാനൊന്നുപോയി നോക്കട്ടെ അമ്മേ."

മാത കെഞ്ചി.

"ബാ, ഞാനങ്ങോട്ടേക്കാ."

അയലത്തെ ചിരുത പറഞ്ഞത് കേട്ട് അമ്മയുടെ സമ്മതത്തിനു കാത്തുനിൽക്കാതെ മാത തിരക്കിട്ടു നടന്നു. അമ്മ പിറകിൽനിന്നെന്തോ വിളിച്ചുപറഞ്ഞത് അവൾ കേട്ടില്ല.

ആൽത്തറയിൽ നീണ്ടു നിവർന്നു കിടക്കുന്നു. അരികിൽ വളക്കെട്ടും ഇരുമ്പുപെട്ടിയും. കറുത്തമേനി നീലിച്ചിരിക്കുന്നു. കണ്ണുകൾ അടച്ചിട്ടില്ല. ചുണ്ടിൽ ഒരു കുസൃതിച്ചിരി ബാക്കിയുണ്ടോ?

"പുലർച്ച വണ്ടിക്കു പോണം. എണ്ണിക്കൊണ്ടിരുന്നോ, ഏഴാം ദിവസം....."

പെട്ടെന്ന് തലയിലൊരു മൂളൽ. ഒന്നും കാണുന്നില്ല. കൂരിരുട്ട്. കാലിടറിവീണത് അയാളുടെ കാൽക്കൽ. തണുത്തുറഞ്ഞിരിക്കുന്നു. അവളുടെ ദേഹത്തും തണുപ്പരിച്ചു കയറിയോ? കല്ലിൽ തട്ടി അവളുടെ കുപ്പിവളകൾ ഉടഞ്ഞു. കൈയ് പോറി. നീറ്റൽ. ചിരുത വന്ന് എഴുന്നേൽപ്പിക്കുന്നതുവരെ തല ആ കാൽക്കൽവെച്ച് അവളങ്ങനെ കിടന്നു.

"പെണ്ണ് പേടിച്ചുപോയീന്നാ തോന്നണത്."

"ആ കെടപ്പു കണ്ടാ ആരാ പേടിക്കാത്തത്?"

പലരും പലതും പറയുന്നു. ചെവിയിൽ കടലിരമ്പുന്നതുപോലെ. ചോര ഒലിക്കുന്ന കൈകൊണ്ട് നെറ്റി തടവിയപ്പോൾ നെറുകയിൽ ചോരക്കുറി.

"ബാ പോകാം."

ചിരുത കൈപിടിച്ചപ്പോൾ ഒന്നും പറയാതെ കൂടെ നടന്നു.

വേലിക്കലെത്തിയതും ചിരുത ഉറക്കെ വിളിച്ചുപറഞ്ഞു:

"മാണിക്കേടത്തീ, വേഗം പൂശാരീനെ ബിളിപ്പിച്ച് ചരട് ജപിച്ച് മോളെ കൈയിൽ കെട്ടിക്കൊടുക്ക്. ശവത്തിന്റെ കെടപ്പ് കണ്ടതും ബാല്യക്കാരത്തി ഇടിതട്ടിയ മരംപോലെ മറിഞ്ഞുവീണു പോയീട്ടോ. ദുർമ്മരണല്ലേ. അതും അമ്പലമുറ്റത്ത്, ഉത്സവപ്പിറ്റേന്ന്.... തെക്കൻ മുത്തപ്പന് നെരക്കാത്തതെന്തോ....."

"ചിരുതാമ്മേ...."

മാതയുടെ ഒച്ച കനത്തു.

"പോണ്ടാന്ന് ഞാൻ വെലക്കിയതല്ലേ? കേൾക്കേണ്ടേ? ബാല്യക്കാരത്തിയാണെ ബിചാരം മേണ്ടേ?"

മാതയെ അടിമുടി ഉഴിഞ്ഞിട്ട് അമ്മ കുറ്റപ്പെടുത്തി. മാത കേൾക്കാത്ത മട്ടിൽ തല നിറയെ എണ്ണപൊത്തി തോട്ടിലേക്കു നടന്നു. കടവ് ഒഴിഞ്ഞു കിടക്കുന്നു. വെള്ളത്തിൽ കിടന്ന് അവൾ ഏറെനേരം കരഞ്ഞു. കുളികഴിഞ്ഞ് വീട്ടിലെത്തിയതും ഈറൻപോലും മാറാതെ പായിലേക്കു വീണു.

"ഊയ്യെന്റമ്മേ നെറ്റി ചുട്ടുപൊള്ളുന്നല്ലോ....."

അവളൊന്നും കേട്ടില്ല.

"ഇഞ്ഞി ഒഴിയ്യോ? ഇന്നെ ഞാൻ ഒഴിപ്പിക്കും......"

പൂശാരിയുടെ അടി അവളെ നോവിച്ചില്ല.

പക്ഷേ, പറങ്കിമാവിൻകൊമ്പിൽ ഊഞ്ഞാലാടുന്ന അച്ഛന്റെ ശരീരം...

താഴെ അനക്കമറ്റു കിടക്കുന്ന അമ്മ......

"എന്തൊരു കട്ടിക്കാരത്തി. ഒരു തുള്ളി കണ്ണീരൊഴുക്കിയോ?".

നാട്ടുകാർ പറഞ്ഞപ്പോൾ അവൾ ചീറി:

"മനസില്ല കരയാൻ."

മാത ആരെയും പേടിച്ചില്ല. മകൻ വളർന്ന് ചോദ്യങ്ങൾ ചോദിക്കാൻ തുടങ്ങിയപ്പോൾ അൽപ്പമൊന്നു പതറി.

"മോന്റമ്മ കളവ് പറയൂലാ. അമ്മയെ കല്യാണം കഴിക്കുന്നതിനു മുമ്പേ നിന്റച്ഛൻ മരിച്ചുപോയി. മോൻ വലുതാകുമ്പം അമ്മ എല്ലാം പറയാം."

അവന് അമ്മയെ വിശ്വാസമായിരുന്നു. അമ്മയെ വേദനിപ്പിക്കുന്നതൊന്നും അവൻ ചോദിച്ചില്ല.

"കുഞ്ഞിപ്പാത്തുവിന്റെ ആളാരാ?"

നഴ്സ് വിളിക്കുന്നതുകേട്ട് മാത ചെന്നു.

"ആണുങ്ങളാരും കൂടെയില്ലേ?"

"എന്റെ മോനുണ്ട്. ഇപ്പളിങ്ങെത്തും. പെറ്റോ?"

"ഇവരെ ഉടൻ മെഡിക്കൽ കോളേജിലെത്തിക്കണം. രക്തം ഒരുപാട് പോയി."

ഇത്തവണ ഡോക്ടർതന്നെയാണ് പറഞ്ഞത്.

മാത പകച്ചുനിൽക്കുമ്പോൾ പിന്നിൽ ആരാവാരം.

"ഇസ്ലാമായ ഒരുത്തിക്ക് കാഫറിന്റെ ചോര കേറ്റ്വേ? ഇവിടെന്താ നാഥനില്ലാണ്ടായോ?"

"ഇസ്ലാമീങ്ങളെ ഒന്നും തിരികത്തിച്ചു നോക്കീട്ട് കണ്ടീലല്ലോ."

കണ്ണന്റെ സ്വരം മാത തിരിച്ചറിഞ്ഞു.

കണ്ണന്റെ കൂടെ കുറെ ചെറുപ്പക്കാർ.

ഇരുപക്ഷത്തും ആളുകൾക്ക് കുറവില്ല.

"നിങ്ങളിവിടെ നിന്ന് അങ്കം വെട്ടാതെ ഇവരെ ആശുപത്രിയിലെത്തിക്കാൻ നോക്കുന്നുണ്ടോ?"

ഡോക്ടറുടെ ഒച്ച ബഹളത്തിൽ അലിഞ്ഞു.

"ഇറങ്ങിപ്പോയിനെടാ ചെറ്റകളേ. കണ്ണിൽച്ചോരയില്ലാത്ത കൂട്ടര് അവകാശം പറയാൻ വന്നിരിക്കുന്നു."

മാതയുടെ ശബ്ദം ഉയർന്നു. പിന്നെ മഴ പെയ്തുതോർന്ന പ്രതീതി.

ആർക്കുമില്ല മിണ്ടാട്ടം.

"പോയി വണ്ടി കൊണ്ടുവാടാ."

ആരൊക്കെയോ വണ്ടി വിളിക്കാനോടി.

"ഡോക്ടർ....."

നഴ്സ് വിളിച്ചതുകേട്ട് ഡോക്ടർ അകത്തേക്കു ചെന്നു.

മുറിയുടെ വാതിലടഞ്ഞു.

വണ്ടി വന്നു.

പലരും ഒന്നിച്ചാണ് പറഞ്ഞത്.

“അവർ പ്രസവിച്ചു. പെൺകുഞ്ഞ്.”

“ഓറ്ക്കെങ്ങനെയുണ്ട്?”

മാതയുടെ സ്വരം ഇടറി.

ഉന്തുവണ്ടി തള്ളി അറ്റെന്റെത്തി. കുഞ്ഞിപ്പാത്തുവിനെ തലവഴി മൂടിയിരുന്നു. മാത അടുത്തുചെന്ന് തുണി ഉയർത്തി നോക്കുന്നതു കണ്ടപ്പോൾ ആൾക്കൂട്ടം ആരാവാരത്തോടെ ഓടി അടുത്തെത്തി.

ഹാജ്യാർ ഉറക്കെ അലറി:

“തൊട്ടു പോവരുത്.”

“തൊട്ടാലെന്താക്കും? മാതയെ പേടിപ്പിക്കല്ലേ?”

മാത കുഞ്ഞിപ്പാത്തുവിന്റെ മുഖം ഉഴിഞ്ഞിട്ട് പറഞ്ഞു:

“അങ്ങനെ ഇങ്ങള് കൈച്ചലായി അല്ലേ?”

തിരിഞ്ഞ് ഹാജ്യാരുടെ മുഖത്തു നോക്കി മാത ചോദിച്ചു:

“ഹാജ്യാരെ അക്കുട്ടീന്റെ തന്ത ആരാന്ന് ഇങ്ങക്കറീലേ......?”

ഹാജ്യാർ അതു കേൾക്കാത്ത മട്ടിൽ കൂടെയുള്ളവർക്ക് നിർദേശം കൊടുത്തുകൊണ്ട് തിരക്കിട്ടുനടന്നു.

പിന്നാലെ ഉന്തുവണ്ടിയുമായി ആൾക്കൂട്ടം.

“ലാഹിലാഹാ ഇല്ലല്ലാഹ്......”

അവർ ഉറക്കെ ചൊല്ലുന്നുണ്ടായിരുന്നു.

“ഈ കുഞ്ഞിനെ ആരിക്കും മാണ്ടേ?”

മാത വിളിച്ചു ചോദിച്ചത് അവർ കേട്ടതേയില്ല.

പഴന്തുണിയിൽ പൊതിഞ്ഞ കുഞ്ഞിനെ ഏറ്റുവാങ്ങി മാത നടന്നു.

നിഴൽപോലെ കണ്ണനും.

ആകാശഭൂമികളുടെ താക്കോൽ

"ഉമ്മാ ഒന്നു കണ്ണുതുറന്നേ."

ഡോക്ടർ തട്ടിവിളിച്ചപ്പോൾ ഞാൻ മിഴിച്ചുനോക്കി.

"എന്താ ഉമ്മയ്ക്കിപ്പോൾ വിഷമം? എവിടെയാ വേദന?"

ചുറ്റും കണ്ണോടിച്ചു. മുറിയിൽ പട്ടാളം അണിനിരന്നതുപോലെ ഡോക്ടർമാരുടെ നിര. അകമ്പടിക്കാരായി ഫയൽ നെഞ്ചിലടുക്കിയ വെള്ളപ്രാവുകൾ. എത്ര പരതിയിട്ടും ആരുടെയും കണ്ണുകളിൽ ഒരിറ്റു സ്നേഹമോ സഹാനുഭൂതിയോ കാണാൻ കഴിഞ്ഞില്ല. കടമ തീർത്ത് അടുത്ത മുറിയിലേക്ക് ഓടാനുള്ള വെപ്രാളം.

"ചോദിച്ചത് കേട്ടില്ലേ ഉമ്മാ? കുറവുണ്ടോ?"

തടിച്ചു നീളംകൂടിയ കൂട്ടത്തിൽ പ്രമാണി എന്നു തോന്നിക്കുന്ന ഡോക്ടർ മാറത്ത് കുഴൽവച്ചു പരിശോധിക്കുന്നതിനിടയിൽ ചോദ്യം ആവർത്തിച്ചു. അപ്പോൾ അരികിൽ നിന്നിരുന്ന പട ഒന്നായി എന്നെ ആക്രമിക്കാനെന്നപോലെ കട്ടിലിലേക്കു കുനിഞ്ഞു. കൈയും കാലും കണ്ണും കാതും അവരുടെ കളിപ്പണ്ടമായി. അവരുടെ മാറത്തെ കുഴലുകൾ പാമ്പിനെപ്പോലെ എന്റെ ദേഹത്ത് ഇഴഞ്ഞുനടന്നു. പെട്ടെന്നു കുഴലുകൾ തോക്കുകളായി. ഒന്നല്ല..... രണ്ടല്ല..... ഒരായിരം. എല്ലാം എന്റെ നെഞ്ചിനുനേരെ....

"റബ്ബേ.... അരുത്."

വയ്യാതിരുന്നിട്ടും ഞാൻ ആർത്തുവിളിച്ചു.

മുറിയിൽ കൂട്ടംകൂടി നിൽക്കുന്നവരുടെ മുഖങ്ങളിൽ പരിഹാസം. എന്റെ വെപ്രാളം കണ്ടു റസിയ മാത്രം ഓടിവന്ന് എന്റെ കൈപിടിച്ചു. നെറ്റി തലോടി. അവളുടെ കണ്ണുകൾ കലങ്ങിയിരുന്നു. അല്ലെങ്കിലും അവൾക്കു മാത്രമാണല്ലോ എന്റെ മനസു വായിക്കാൻ കഴിയുന്നത്. ഇരു

പത്തഞ്ചു കൊല്ലമായി അവൾ എന്റെ നിഴലുപോലെ കഴിയുന്നു.

"എന്താ ഇത്താത്താ? എന്തിനാ നെലോളിച്ചത്? ഓല് കൊയലിട്ട് കുത്തിയപ്പം നൊന്തോ?"

അവളുടെ വാക്കുകളിൽ നോവ്. എനിക്കുമാത്രം കേൾക്കുംവിധത്തിലാണ് അവൾ ചോദിച്ചത്.

"എന്റെ കരളിലാ പെണ്ണേ വേദന."

ഞാൻ ചുണ്ടനക്കി.

"ഇത്താത്ത എന്തോ പറഞ്ഞു. എന്തേയ്?"

അവൾ ചെവി എന്റെ ചുണ്ടോടടുപ്പിച്ചു.

"ഈ ദജ്ജാലുക്കളോട് പോവാമ്പറ. എന്റെ തല പിളരുന്നു."

ഉറക്കെയാണ് പറഞ്ഞതെങ്കിലും അവൾക്ക് ഒന്നും മനസിലായില്ലെന്ന് അവളുടെ മുഖം വ്യക്തമാക്കി. ഒന്നു മിണ്ടിപ്പറയാൻ കഴിഞ്ഞെങ്കിൽ! ഇതിനുമാത്രം ഞാനെന്തു പിഴച്ചു റബ്ബേ. എന്റെ കണ്ണുകൾ നിറഞ്ഞതു കണ്ടാകണം എന്നെ തലോടിക്കൊണ്ട് അവളും വിങ്ങിക്കരഞ്ഞു.

"നിങ്ങള് വെറുതെ കരഞ്ഞ് കുലുമാലുണ്ടാക്കി ഉമ്മാനെ ബേജാറാക്കണ്ട. ഉമ്മാക്കിത് ഇന്നും ഇന്നലേം തൊടങ്ങിയതല്ലാലോ."

തിരക്കിനിടയിൽ ആളെ കണ്ടില്ലെങ്കിലും ആ ശബ്ദം ഞാൻ പെട്ടെന്നു തിരിച്ചറിഞ്ഞു. എന്റെ മകൻ. അങ്ങനെ പറഞ്ഞാൽ മതിയോ? എന്റെ എല്ലാമെല്ലാമായ മകൻ. അവനുവേണ്ടിയല്ലേ ഞാൻ ജീവിച്ചത്? വളരെ കുറച്ചുകാലംമാത്രം നിലനിന്ന എന്റെ വിവാഹജീവിതത്തിലെ ഏകസമ്പാദ്യം.

"ഉമ്മാ..... കണ്ണൊന്നു തൊറന്നണീ. ഇങ്ങളിങ്ങനെ ആരോടും മുണ്ടാതെ കണ്ണും പൂട്ടി കെടന്നാലെങ്ങനാ? കാലാകാലം ആസ്പത്രീ കെടക്കാനാ പൂതി? ഡോക്ടറ് ചോദിച്ചത് കേട്ടില്ലേ? എന്താ ഇപ്പം പ്രശ്നം?"

അവന്റെ വാക്കുകളിൽ മടുപ്പ്.

"നിങ്ങളൊക്കെത്തന്നെ എന്റെ പ്രശ്നം? എന്നെ എന്റെ പാട്ടിനു വിടാമോ?"

"ഉമ്മ എന്തോ പറഞ്ഞല്ലോ? ഒന്നും മനസിലാവുന്നില്ല. എന്താ ഇങ്ങനെ?"

അവൻ താഴ്മയോടെ പ്രധാന ഡോക്ടറോടു ചോദിച്ചു.

"എല്ലാ ടെസ്റ്റുകളും നടത്തിയതാണല്ലോ. ഫിസിക്കലി അവർക്കൊരു പ്രോബ്ലവുമില്ല. മാനസികപ്രശ്നം മുമ്പേ ഉണ്ടെന്നല്ലേ പറഞ്ഞത്. അതിപ്പോൾ ഏറിയിരിക്കുന്നു എന്നാണ് തോന്നുന്നത്. ഒരുതരം മരവിപ്പ് അവരുടെ മനസിനെ ബാധിച്ചിരിക്കുകയാണ്. ജീവിതത്തിലേക്ക് തിരിച്ചുവരണമെന്ന് അവർതന്നെ വിചാരിക്കേണ്ടിയിരിക്കുന്നു. ഇന്നുതന്നെ സൈക്യാട്രിസ്റ്റിനെ കാണിച്ച് ട്രീറ്റ്മെന്റ് തുടങ്ങിക്കളയാം."

"എന്റെ മനസിന് ഒരു തകരാറുമില്ല. മുമ്പുമില്ല. ഇപ്പോഴുമില്ല. എന്റെ തകരാറെന്താണെന്ന് ഇവന്റെ ബാപ്പയോട് ചോദിച്ചാലറിയാം."

ചുണ്ടുകളനങ്ങുന്നതു കണ്ടാകണം, അവൻ ചോദിച്ചു.

"എന്താ വേണ്ടത്?"

"നിന്റെ ബാപ്പ....."

അത് അവന് മനസിലായെന്നു തോന്നുന്നു.

"ബാപ്പയെ കാണണമെന്നാണ് പറയുന്നതെന്ന് തോന്നുന്നു."

അവൻ ഡോക്ടറോടു പറഞ്ഞു.

"അതും ഒരു ചികിത്സാവിധിതന്നെ. ഹസ്ബന്റുമായി വർഷങ്ങളായി പിണക്കത്തിലാണെന്നല്ലേ പറഞ്ഞത്. കഴിയുമെങ്കിൽ അദ്ദേഹവുമായി വീണ്ടുമൊരൊത്തുതീർപ്പിന്....."

"അരുത്.... അതുമാത്രം പറയരുത്....."

ഞാൻ, അനക്കാൻ കഴിയുന്ന എന്റെ ഇടതുകൈ ആവുംവിധം ഉയർത്തി വേണ്ടെന്നു കാണിച്ചു.

"അതു വേണ്ടാന്നാ ഇത്താത്ത പറയുന്നത്."

എന്റെ ആംഗ്യം മനസിലാക്കിയ റസിയ പറഞ്ഞു.

റസിയ ഇടയ്ക്കു കയറി പറഞ്ഞതു മകന് ഒട്ടും ഇഷ്ടപ്പെട്ടില്ലെന്ന് അവന്റെ മുഖം പറഞ്ഞു.

"ഹു ഈസ് ഷി?"

ഡോക്ടറുടെ സംശയം.

"കുറേ കാലമായി അവരാണ് ഉമ്മയെ നോക്കുന്നത്."

"ഉമ്മയെ മാത്രമല്ലെടാ നിന്നെ പ്രസവിച്ചു കിടക്കുമ്പോഴാണ് എന്റെ ബാപ്പ റസിയയെ കൂട്ടിക്കൊണ്ടുവന്നത്."

"ബാപ്പാന്റെ തറവാട്ടിലുള്ളതാ മോളേ. ബാപ്പയും ഉമ്മയും ചെറുപ്പത്തിലേ മരിച്ചു. നല്ലോനാണെന്നു കരുതി ഞാനൊരുത്തനെക്കൊണ്ട് ഇബളെ നിക്കാഹ് കയിപ്പിച്ചു. പഹയൻ തിരുടനായിരുന്നു. ആറാം മാസം കൈയിലും കഴുത്തിലുമുള്ളതെല്ലാം ഊരിവാങ്ങി ആസാമി തടിതപ്പി. ജീവനുള്ള കാലം ഓക്കിനി മംഗലം മേണ്ടാന്നാ ഓള് പറേണത്. നിനക്കൊരു താങ്ങായിട്ട് ഓളിബിടെ നിന്നോട്ടെ."

അന്നുമുതൽ നിഴൽപോലെ അവൾ കൂടെയുണ്ട്.

എന്റെ മനസ്സ് വായിക്കാൻ അവൾക്കേ അറിയൂ.

"ഞാൻ സൈക്യാട്രിസ്റ്റിനെ ഉടനെ അയയ്ക്കാം."

പ്രമാണി ഡോക്ടറും പരിവാരങ്ങളും ജാഥയായി മുറിവിട്ടു. പിറകെ മകനും.

പട പടിയിറങ്ങിയിട്ടും മുറിയിൽ ആൾക്കൂട്ടത്തിനു കുറവില്ല. അവരുടെ ഉറക്കെയുള്ള സംസാരം തലപെരുപ്പിച്ചു. എല്ലാരും ഒന്നിറങ്ങിപ്പോവുന്നുണ്ടോ?

പറഞ്ഞത് ആരും കേട്ടില്ല.

"എപ്പഴാ ഇത്തരം ജാസ്തിയായത്? ഒരു കല്യാണപ്പെരേന്നാ ഞാൻ വിവരമറിഞ്ഞത്?"

ആരുടെയോ പരിഭവം.

"എല്ലാരും കേട്ടറിഞ്ഞുതന്നെയാ എത്തിയത്."

അമ്മായിയുടെ മകൾ സാജിദയുടെ ശബ്ദം ഞാൻ തിരിച്ചറിഞ്ഞു.

"ഓക്ക് ഞാനെന്നുവെച്ചാ ജീവനാ. എന്തുണ്ടെങ്കിലും എന്നോടു പറയും. ഓള് കെടന്ന വിവരം എന്നോടു പറയാൻ നിനക്കെങ്കിലും തോന്നീല്ലല്ലോ."

സാജിദ റസിയയെ കുറ്റപ്പെടുത്തി. അവൾ ഒന്നും മിണ്ടാത്തപ്പോൾ സാജിദയ്ക്ക് കലികയറി.

"നീയെന്താടീ കല്ലുപോലെ നിക്കുന്നത്?"

"ഞാനെന്തു മിണ്ടാനാ ഇത്താത്താ?"

അവൾ ഒഴിഞ്ഞുമാറി.

"എപ്പളേ ഇങ്ങനെ നാവെടുക്കാൻ ബയ്യാണ്ടായേ?"

"ഇത്താത്ത അല്ലെങ്കിലും ഏറെ വർത്തമാനം പറയുന്ന കൂട്ടത്തിലല്ലാലോ." റസിയയുടെ പരിഭവം.

"ഇതൊക്കെ ഇപ്പം ആരോടാ കുട്ടരേ ചോയിക്കുന്നത്. ഏക് മക്കിടിക്ക് ദോ മക്കിടി പറയുന്ന ഇബളല്ലേ ഇപ്പളത്തെ കാരണോത്തി."

സാജിദയുടെ കുറ്റപ്പെടുത്തൽ.

"നാഥനില്ലാപ്പട നായിപ്പട എന്നു കേട്ടിട്ടില്ലേ. തലേലും തായത്തും ബെക്കാതെ ബാപ്പ പോറ്റിയ മോളാ. ഇക്കാക്ക പോയതോടെ ഓക്ക് തുണയില്ലാണ്ടായി."

ബാപ്പയുടെ പെങ്ങൾ കയിച്ചു അമ്മായി കണ്ണു തുടച്ചു.

ഇവരൊക്കെ ഇവിടെ ഇങ്ങനെ കൂട്ടംകൂടാൻ എന്തേ കാരണം എന്നായിരുന്നു അപ്പോൾ എന്റെ ചിന്ത. ബാപ്പ മരിച്ചതിനുശേഷം അമ്മായിയും മക്കളും തിരിഞ്ഞുനോക്കാറില്ല. ആൺമക്കളില്ലാത്തതിനാൽ ബാപ്പയുടെ സ്വത്തിന് അവകാശമുണ്ടെന്നും പറഞ്ഞു പടയ്ക്കുവന്നിരുന്നു. അതു നേരത്തെ മനസിലാക്കിയിട്ടെന്നപോലെ ബാപ്പ എല്ലാം അവളുടെയും മകന്റെയും പേരിൽ ഒസ്യത്തെഴുതി വച്ചിരുന്നു. ഒരു വീടും കുറച്ചു സ്ഥലവും റസിയയുടെ പേരിലും എഴുതിയിരുന്നു. അതോടെയാണു സാജിദയ്ക്കു റസിയ കണ്ണിലെ കരടായത്.

"എന്തില്ലാഞ്ഞിട്ടാ ഇക്കുട്ടി ഇക്കോലത്തിലായത്?മൊഞ്ചിന് മൊഞ്ച്. പണത്തിനു പണം. പക്കേങ്കില് തലേലെയ്ത്ത് നന്നായില്ല. എന്ത് ഘോഷമ്പത്തില് കയിച്ച കല്യാണേനും പിയ്യാപ്ലയും സുജായി. റബ്ബേ എല്ലാം ഓന്റെ വിധി."

അമ്മായി എണ്ണിപ്പെറുക്കി.

"ഇബര് തമ്മില് പെണങ്ങാൻ എന്തേയ് കാരണം?"

ആരാണത് ചോദിച്ചത്? ഞാൻ ചുറ്റും പരതി. മഞ്ഞ ചുരിദാറിട്ട കുട്ടി. ആരാണവൾ? ഈയിടെയായി ഇതാണു വിഷമം. തലയ്ക്ക് വല്ലാത്ത കനം. പറയാൻ നാക്കിൻതുമ്പിലെത്തുന്നതു പലപ്പോഴും മറക്കുന്നു. ആളെ തിരിച്ചറിയാനും വിഷമമുണ്ട്. അതിനാണല്ലോ ചികിത്സ തുടങ്ങിയതും. ചികിത്സിച്ച് ചികിത്സിച്ച് ഇപ്പോൾ നാവെടുക്കാൻ വയ്യാണ്ടായി.

"മൂപ്പര് കാര്യം തീർത്തിട്ടില്ലാലോ? ഇപ്പളും തമ്മില് കാണലില്ലേ?"

"ഒരേ പൊരേല് ഒപ്പരം താമസിക്കുമ്പളും തമ്മില് കാണൂലാ, മിണ്ടൂലാ. മൂപ്പരെ കാണുമ്പം ഇബക്ക് അപസ്മാരമിളകും. കാണുന്നോല് പേടിച്ചോടും. കണ്ണെല്ലാം മോലോട്ടുരുണ്ട് നുരയും പതയും ഒലിപ്പിച്ചുള്ള കെടപ്പുകണ്ടാ തീർന്നൂന്ന് തോന്നും. കഷ്ടപ്പെടാൻ യോഗണ്ടായാൽ അങ്ങനെയങ്ങുപോവ്വോ? കെടന്ന് നരകിക്കുന്നത് കണ്ടീലേ?"

"എന്നാലും എന്തിനും ഒരേതു വേണ്ടേ? ബെറുതേ തെറ്റിപ്പിരിയാണ് വച്ചാല്....."

എന്റെ കഥ അറിയാത്തവരായി ആരുണ്ട് കുട്ടീ ഈ നാട്ടില്? ഒന്നല്ല ഒരായിരം കഥകൾ അവർ പറഞ്ഞുണ്ടാക്കിയതാണല്ലോ? തെറ്റും ശരിയും തിരുത്താൻ അന്നും ഞാൻ മിനക്കെട്ടില്ലാ.

അതുതന്നെയല്ലേ നിന്റെ ജീവിതം ഈവിധം നരകമായത്? ഉള്ളിലിരുന്ന് ഞാൻ എന്നെത്തന്നെ കുറ്റപ്പെടുത്തി.

"പലേരും പലതും പറേണ്. അന്നും ഇബള് കല്ലുപോലെ നിന്നതേയുള്ളൂ. അതുവരെ ഒരു സൂക്കേടുമില്ലാത്ത കുട്ടിയേനും. ഓളെ ഉമ്മ മരിച്ചേപ്പിന്നെ ഞാനല്ലേ ഓളെ പോറ്റ്യത്. ആ നന്ദിയൊന്നും ഇക്കൂട്ടരിക്കില്ലാന്നു കൂട്ടിക്കോളീ. പെട്ടെന്നാ ഓക്ക് ദണ്ഡമെളക്കം തൊടങ്ങ്യത്. മേത്തൊട്ടാകെ ഒരു ചൊറീം. ആണുങ്ങള് എത്തര നാളെന്നുവച്ച് സഹിക്കും? മൂപ്പരാണെങ്കില് മാലും മുതലും ഉള്ളവൻ. ബേറെ പെണ്ണു കെട്ടി. എന്നിട്ടും ഇബള് ആടത്തന്നെനും. മോനെപ്പെറ്റേപ്പിന്നെ അങ്ങട്ട് പോയിട്ടില്ല. എന്നാലും മൂപ്പര് എടക്ക് ബന്ന് കാര്യങ്ങള് അന്വേഷിക്കും. ഇക്കാക്ക മരിച്ചേപ്പിന്നെ മൂപ്പരന്നല്ലേ കൈകാര്യക്കാരൻ. മൂപ്പർ ബന്നാലും എബള് എന്താന്നും ഏതാന്നും ചോയിക്കൂലാ, കാണൂലാ. ബല്ലാത്തൊരു പെണ്ണുതന്നെ റബ്ബേ. ചെക്കൻ കാര്യം നോക്കാനായ ശേഷം മൂപ്പർ ബരാറില്ലാന്നാ കേട്ടത്."

"പെണ്ണുങ്ങൾക്ക് ദുർവാശി നന്നല്ല. പെണ്ണായാ താണുകൊടുക്കണം. പണം കുന്നോളമുണ്ടായിട്ടൊന്നും കാര്യമില്ല. അനുഭവിക്കാൻ യോഗം മേണം. എബളെ യോഗം ആരിക്കും ബരുത്തല്ലേ റബ്ബേ."

"ആമീൻ."

കൂട്ടത്തോടെയുള്ള നീട്ടിവിളി.

"ഇത്താത്തയ്ക്ക് മിണ്ടാൻ വയ്യാന്നേ ഉള്ളൂ. എല്ലാം കേക്കുന്നുണ്ടാവും. ഇതൊക്കെ കേക്കുമ്പോ ഓരെ ഖൽബ് നോവും."

റസിയയുടെ ഈറൻ സ്വരം.

"ഇല്ലാവചനമൊന്നുമല്ലാലോ പറഞ്ഞത്. ഓളെ വർത്താനം കേട്ടാ തോന്നും ഓക്കു മാത്തരേ ഇത്താത്തനോട് പിരിശള്ളൂന്ന്. എന്നാ നിന്റെ ഇത്താത്താനേ നിയ്യെന്നെ നോയിക്കോ ഞമ്മള് പോണ്. ഇങ്ങള് ബരണെങ്കീ ബരീമ്മാ."

സാജിദ പിണങ്ങി.

"ഞാൻ പോയിട്ട് ബൈന്നേരം വരാൻ നോക്കാം."

വിളിക്കാൻ കാത്തിരുന്നതുപോലെ അമ്മായി യാത്ര ചോദിച്ചു.

അതോടെ മറ്റുള്ളവരും ഓരോരുത്തരായി യാത്ര ചോദിച്ചു. മുറി കാലിയായപ്പോൾ ആശ്വാസം. റസിയ ഗ്ലാസിൽ കഞ്ഞിയുമായി എത്തി.

"ഇപ്പ വേണ്ടെടീ."

ചുണ്ടനക്കി.

"ഒന്നും കുടിക്കാഞ്ഞാലെങ്ങനാ. ലേശം കുടിച്ചോളീ. ക്ഷീണം മാറട്ടെ."

അവൾ ചുണ്ടു പിളർത്തി സ്പൂൺകൊണ്ടു കഞ്ഞി വായിലേക്കൊഴിച്ചു. ഇറക്കാൻ വയ്യ. തൊണ്ടയിലടപ്പിട്ടതുപോലെ. എത്ര ശ്രമിച്ചിട്ടും ഒരു തുള്ളിപോലും അകത്തേക്കിറങ്ങുന്നില്ല. ചുണ്ടിലൂടെ താടിയിലേക്കൊലിച്ചിറങ്ങിയ കഞ്ഞി അവൾ തുവാലകൊണ്ട് ഒപ്പി.

"റസിയാത്താ നിങ്ങളെന്താ ഇക്കാണിക്കുന്നത്? ഇരുത്തിയിട്ട് കൊടുക്കണോന്നാ ഡോക്ടർമാര് പറയണത്. അല്ലെങ്കില് ഉമ്മ അതും ഒരു സൗകര്യമായി കരുതും. നിങ്ങളൊരാള് മാഞ്ഞാളം കേറ്റിയാ ഉമ്മ ഇക്കോലത്തിലായത്."

പെട്ടെന്ന് അവിടെ കയറിവന്ന എന്റെ മരുമകൾ ചീറിയപ്പോൾ ഞാനും റസിയയും ഒരുപോലെ ഞെട്ടി. പണിപ്പെട്ട് ഇറക്കാൻ ശ്രമിച്ച കഞ്ഞി മുഴുവൻ പുറത്തേക്കൊഴുകി.

"കണ്ടോ, ഉമ്മ വേണമെന്ന് വച്ച് കഞ്ഞി തുപ്പിക്കളഞ്ഞതാ. ഡോക്ടർമാര് ഇതൊക്കെത്തന്നെയാ ഇത്രനേരം ഞങ്ങളോട് പറഞ്ഞത്. എല്ലാറ്റിനും ഓരോരുത്തരെ ആശ്രയിച്ച് ഉമ്മയ്ക്കതൊരു ശീലമായി. ഇപ്പോൾ ഒന്നും ഒറ്റയ്ക്ക് ചെയ്യാൻ വയ്യാണ്ടായി."

അവൾക്ക് അരിശം അടങ്ങുന്നില്ല.

"കെടപ്പിലാവണതുവരെ എല്ലാം ഇത്താത്ത ഒറ്റയ്ക്കുതന്നെയാ ചെയ്തത്. ഇപ്പം തീരെ വയ്യാഞ്ഞിട്ടാ."

റസിയയുടെ സ്വരം ഇടറി.

"ഞങ്ങക്ക് ഉമ്മാനോട് സ്നേഹമില്ലാന്നു തോന്നുവല്ലോ നിങ്ങള് പറയുന്നത് കേട്ടാൽ. ഡോക്ടർമാര് പറേണതുപോലെ കേട്ടാലേ സൂക്കേട് മാറു. എത്ര ദെവസമെന്നുവച്ചാ ആസ്പത്രീമായി കെട്ടിമറിയുന്നത്. എന്തെല്ലാം കാര്യങ്ങള് മൊടക്കീട്ടാ ഞാനിവിടെ കെട്ടിക്കിടക്കുന്നത്."

അവൾ നിർത്താനുള്ള ഭാവമില്ല.

"നിന്നോടിവിടെ കാവലിരിക്കാൻ പറഞ്ഞോ? നിന്റെ ക്ലബ്ബും കിറ്റിപ്പാർട്ടിയും നീ ഒഴിവാക്കുന്നില്ലല്ലോ. നേരാനേരം കെട്ടിയൊരുങ്ങി പോകുന്നത് ഞാൻ അറിയുന്നില്ലെന്നാണോ?"

എന്റെ മുഖത്തെ അതൃപ്തി കണ്ടാകണം അവൾ തൽക്കാലം അടങ്ങി. താടിയിലും കഴുത്തിലും ഒലിച്ചിറങ്ങിയ കഞ്ഞി റസിയ തുടച്ചു വൃത്തിയാക്കി.

"ദേഹം തുടയ്ക്കണ്ടേ?"

അപ്പോൾ അവിടെയെത്തിയ നീല ഉടുപ്പിട്ട പെൺകുട്ടി ചോദിച്ചു:

"ഞാൻ....."

"വേണ്ട....... അവര് ചെയ്തോളും."

റസിയയെ മുഴുമിപ്പിക്കാൻ മരുമകൾ സമ്മതിച്ചില്ല.

പെൺകുട്ടി ചൂടുവെള്ളവും മറ്റുമായി വന്നപ്പോൾ മരുമകൾ പുറത്തേക്കിറങ്ങി.

പെൺകുട്ടി മുഴുനഴ്സായിട്ടില്ല. അതുകൊണ്ടായിരിക്കും അവളുടെ വാക്കുകളിൽ സഹാനുഭൂതി.

"ആ ചേച്ചി ഉമ്മേടെ മോളാ? അവരെ കാണാൻ നല്ല ഭംഗീണ്ട് ട്ടോ."

"അതുകൊണ്ടാണല്ലോ മറ്റൊന്നും നോക്കാതെ ഞാനവളെ എന്റെ മരുമോളാക്കിയത്."

"ദേ, ഉമ്മ എന്തോ പറഞ്ഞല്ലോ. എന്താ ഉമ്മ പറഞ്ഞത്?"

ഞാൻ വെറുതെ ചിരിച്ചു.

"കണ്ടോ ഉമ്മ എന്നെ നോക്കി ചിരിച്ചല്ലോ. നിങ്ങടെ കൂടെയാ ഉമ്മാക്ക് പിണക്കം. എന്നോട് കൂട്ടാ. അല്ലേ ഉമ്മാ?"

ഞാൻ തലകുലുക്കുന്നത് കണ്ടു പെൺകുട്ടിയുടെ മുഖം വികസിച്ചു.

"നല്ല ഉമ്മയാ."

അവൾ താടിപിടിച്ചു കുലുക്കി.

അപ്പോഴേക്കും അടുത്ത നാട്ടുകൂട്ടം മുറിയിലെത്തി.

"കഴിഞ്ഞില്ലേ സിൽവിയാ?"

പ്രായംകൂടിയ നരച്ച തലമുടിയിൽ തൊപ്പിചൂടിയ തടിച്ച സിസ്റ്റർ ചോദിച്ചു:

"ദേ കഴിഞ്ഞു മേഡം."

പെൺകുട്ടി ഭവ്യതയോടെ പറഞ്ഞു. അവൾ റസിയയുടെ സഹായത്തോടെ എന്റെ ദേഹത്തു പൗഡറിടുകയും അലക്കിയ മാക്സി അണിയിക്കുകയും ചെയ്തു. മുടി കോതി മിനുക്കി കെട്ടിവച്ചു.

"ഉമ്മാ ഇങ്ങനെ ചടഞ്ഞുകിടക്കാതെ ഒന്നെഴുന്നേറ്റിരുന്നേ."

"എണീക്കാൻ വയ്യ."

"നിങ്ങളൊന്നു ചുമ്മായിരുന്നേ. ഉമ്മാ ഒന്നെഴുന്നീറ്റേ."

ഞാൻ കൈകുത്തി എഴുന്നേൽക്കാൻ പരിശ്രമം നടത്തി. കഴിഞ്ഞില്ല.

"വയ്യല്ലോ."

ഒരുവിധം പറഞ്ഞൊപ്പിച്ചു.

"അതുപറഞ്ഞാൽ പറ്റില്ല. ഞാൻ സഹായിക്കാം."

അവർ പുറകിൽ നിന്നു താങ്ങിയപ്പോൾ ഞാൻ തല പതുക്കെ പൊക്കി.

"ആ അങ്ങനെ."

അവർ പ്രോത്സാഹിപ്പിച്ചു. അപ്പോഴേക്കും എന്റെ ശക്തി ചോർന്നു. ഞാൻ വീണ്ടും കിടന്നു.

"ഒന്നു സഹായിച്ചേ. നമുക്ക് ഉമ്മയെ താങ്ങിയിരുത്താം."

അവർ റസിയയോട് പറഞ്ഞു. അവർ തോളിൽ ഒന്നു തൊട്ടതേ

ഉള്ളൂ. റസിയയാണ് എന്റെ ഭാരം പേറി എന്നെ എഴുന്നേൽപ്പിച്ചിരുത്തിയത്. തലയണയിൽ ചാരി ഇരുത്തിയപ്പോൾ എന്റെ തല കുഴഞ്ഞു താടിയിൽ കുത്തി. ഞാൻ കിതച്ചു. റസിയ തല കൈകൊണ്ടു താങ്ങി നേരെ വച്ചപ്പോൾ സിസ്റ്റർ ശാസിച്ചു:

"നിങ്ങളൊന്നു വെറുതെയിരുന്നേ."

ഡോക്ടർമാരുടെ മറ്റൊരു പട റൂമിലെത്തി. അവരുടെ വകയുമുണ്ടായി നീണ്ട പരിശോധനകൾ. എന്തൊക്കെയോ ചോദിക്കുന്നുമുണ്ടായിരുന്നു. എല്ലാം കേട്ടെങ്കിലും എനിക്കൊന്നും ഉത്തരം പറയാൻ കഴിഞ്ഞില്ല. നാവിന് എന്തെന്നില്ലാത്ത ഭാരം. ചുണ്ടു പിളർത്തുമ്പോൾ വേദന. ഞാനയാളുടെ മുഖത്ത് വെറുതെ തുറിച്ചുനോക്കി.

"സംസാരിക്കാത്തിടത്തോളം എനിക്കൊന്നും ചെയ്യാനാവില്ല. എനിവേ രണ്ടുദിവസം ഗുളിക കൊടുത്തു നോക്കാം. ഒരു കാര്യമുണ്ട്. അവരെ ഇങ്ങനെ കിടക്കാൻ അനുവദിക്കരുത്. സിസ്റ്റർ അവരെ എഴുന്നേൽപ്പിച്ച് കുറച്ചുനേരം നടത്തിക്ക്."

കൽപ്പന പുറപ്പെടുവിച്ചതും അയാളും പരിവാരങ്ങളും മുറിവിട്ടു.

"ഡോക്ടർ പറഞ്ഞതു കേട്ടില്ലേ? എല്ലാവരും ഒന്നു സഹായിച്ചേ ഇവരെ നമുക്ക് ഒന്നു നടത്തിച്ചുനോക്കാം."

സിസ്റ്റർ മുറിയിലെത്തിയ മകനോടും മരുമകളോടും പറഞ്ഞു:

"അള്ളാ ഓലിക്ക് ഇരിക്കാൻകൂടി കെൽപ്പില്ല."

"ഇങ്ങളൊന്നു മിണ്ടാതെ നിക്കോ റസിയാത്താ."

മകൻ അരിശപ്പെട്ടു.

"എനിക്ക് ബാക്ക് പെയിനാ. വെയിറ്റ് എടുക്കരുതെന്ന് ഡോക്ടർ പ്രത്യേകം പറഞ്ഞിട്ടുണ്ട്."

മരുമകൾ ഒഴിഞ്ഞുമാറി. എല്ലാവരുംകൂടി താങ്ങിപ്പിടിച്ച് എന്നെ എഴുന്നേൽപ്പിച്ചുനിർത്തി. ഭൂലോകം എനിക്കു ചുറ്റും കറങ്ങുന്നു.

"വീണ് കൈയോ കാലോ ഒടിയും........"

അവ്യക്തമായെങ്കിലും പറഞ്ഞൊപ്പിച്ചു. സിസ്റ്റർക്കു മനസിലായെന്നു തോന്നുന്നു.

"ഉമ്മ പേടിക്കണ്ട. വീഴില്ല."

അവർ എന്നെ സമാധാനിപ്പിച്ചു. എന്നിട്ടു മകനോടായി പറഞ്ഞു:

"രോഗത്തെക്കുറിച്ചുള്ള പേടിയാണ് ഇവരുടെ രോഗമെന്നു ഡോക്ടർമാർ പറയുന്നത് വെറുതെയല്ല കേട്ടോ."

എന്റെ എതിർപ്പ് വകവയ്ക്കാതെ അവരെന്നെ വലിച്ചിഴച്ച് വരാന്തയിലെത്തിച്ചു. പെട്ടെന്ന് എനിക്കു ശക്തിയായ ചുമ വന്നു. കൂടെ കിതപ്പും. കാലുകൾ വിറച്ചു. ഒട്ടാകെ കുഴഞ്ഞു. അവർക്കു താങ്ങാൻ കഴിയും മുമ്പേ ഞാൻ കുഴഞ്ഞു താഴെ വീണു. താടി തറയിലിടിച്ച് മുറിയുകയും ചെയ്തു.

"അള്ളോ ചോര.... ഓലിക്ക് നടക്കാനാവൂല്ലാന്ന് ഞാനപ്പളും പറഞ്ഞതല്ലേ."

റസിയയുടെ ഏറ്റുപറച്ചിൽ ആരും കേട്ടതായി ഭാവിച്ചില്ല. ആരൊക്കെയോ എന്നെ താങ്ങിപ്പിടിച്ച് കട്ടിലിൽ കിടത്തി. സിസ്റ്റർ കൈയിൽ സൂചി കുത്തുന്നതു ഞാനറിഞ്ഞു.

"ഭയപ്പെടാനൊന്നുമില്ല. കുറച്ചുനേരം ഉറങ്ങിത്തെളിയുമ്പോൾ ശരിയാകും."

കണ്ണടച്ചു കിടന്നപ്പോൾ മനസുനിറയെ ഓർമകൾ. കയ്പും മധുരവും കൂടിക്കലർന്നത്.

"ഉമ്മ ബാപ്പ പിരിശംബെച്ച് കുഞ്ഞീമോളുമുണ്ടായല്ലോ."

ബാപ്പ മടിയിലിരുത്തി താലോലിക്കുമ്പോൾ ഉമ്മയുടെ ചുവന്നുതുടുത്ത മുഖം ഒന്നുകൂടി ചുവക്കുന്നു.

"ദോക്കീന്നും ഏറെ പുന്നാരിക്കല്ലേ. പെണ്ണാണ് മറക്കണ്ട."

ഉമ്മയുടെ സ്നേഹവും സങ്കടവും കൂടിക്കലർന്ന ഏറ്റുപറച്ചിൽ.

"ആയിക്കോട്ടെ. പടച്ചോന്റെ ബേണ്ടുക അതാണെങ്കിൽ അതല്ലേ നടക്കൂ. ഇന്റെ മോളെ ഞാൻ പൊന്നുപോലെ ബളർത്തും."

ബാപ്പയുടെ കുറ്റിത്താടി മുഖത്തുരസുമ്പോൾ ഞാൻ കിക്കിളികൊണ്ടു ചിരിക്കുന്നു. അപ്പോൾ ആൺകുട്ടി ഇല്ലാത്തതിന്റെ ദുഃഖം മറന്ന് ഉമ്മയും കുടുകുടെ ചിരിക്കുന്നു. ഇനി ഉമ്മ പ്രസവിക്കില്ലെന്ന് എന്നെ പ്രസവിച്ചതോടെ ഡോക്ടർമാർ വിധി എഴുതിയിരുന്നു. അതുകൊണ്ടുതന്നെ ഉമ്മയും ബാപ്പയും എന്നെ കണക്കറ്റ് താലോലിച്ചു. പെട്ടെന്നൊരു ദിവസം എന്നെയും ബാപ്പയെയും ഒറ്റയ്ക്കാക്കി ഉമ്മ പോയപ്പോൾ ഞങ്ങളാകെ അമ്പരന്നു. ബാപ്പയെ വീണ്ടും കല്യാണം കഴിപ്പിക്കാൻ കയിച്ചു അമ്മായി പഠിച്ച പണി പതിനെട്ടും നോക്കിയതാണ്. ബാപ്പ പിടികൊടുത്തില്ല. ഉമ്മ മരിച്ചതോടെ വീട്ടിലെ വെളിച്ചം പെട്ടെന്നു പൊലിഞ്ഞതുപോലെ.

ഉമ്മ മരിക്കുമ്പോൾ എനിക്കു പതിനാല് വയസ്സ്. ഉമ്മ കൊഞ്ചിച്ച് വളർത്തിയതുകൊണ്ടായിരിക്കാം പ്രായത്തിനൊത്ത വകതിരിവ് എനിക്കില്ലായിരുന്നു.

"ബുലുഖായ പെണ്ണാണെന്ന ബിചാരമില്ലാതെയല്ലേ കൊഞ്ചിത്തുള്ളി നടക്കണത്. ഇതേ പ്രായല്ലേ ഇന്റെ സാജിദാക്ക്. ഓളെ നോയിക്കാണ്. പെങ്കുട്ട്യേളെ അടക്കത്തിലും ഒതുക്കത്തിലും മേണം ഇക്കാക്കാ ബളത്താൻ."

കയിച്ചു അമ്മായിയുടെ കുറ്റപ്പെടുത്തൽ ബാപ്പയുടെ മുഖത്തെ കരിനിഴൽ ഏറ്റി.

"ഒരു ബാല്യക്കാരത്തിക്കുട്ടീനെ ഇങ്ങനെ പൊരേല് ഒറ്റക്ക് നിർത്താനാ ഇക്കാക്ക ബിചാരിക്കണത്."

അമ്മായിയുടെ സ്വൈരംകെടുത്തൽ ഏറിയപ്പോഴാണു ബാപ്പ എനിക്കു കല്യാണമാലോചിക്കാൻ തുടങ്ങിയത്. പഠിപ്പും പത്രാസും മുതലും മൊഞ്ചും സീനത്തുമുള്ള പുതിയാപ്ലയെ ഒത്തുകിട്ടിയപ്പോൾ പെട്ടെന്നുതന്നെ വിവാഹം ഉറപ്പിച്ചു.

കയിച്ചു അമ്മായി കഴുത്തിലെ ചങ്കേലസും അരയിലെ അരഞ്ഞാണവും കുലുക്കി വീടാകെ നിറഞ്ഞുനടന്നു. എന്റെ മനസിലും അത്തറിന്റെ മണമുള്ള കിനാവുകൾ. സാജിദയുടെ കിന്നാരം. മനസിൽ കുളിർ. ബാൻഡും കോൽക്കളിയും ഒപ്പനപ്പാട്ടും. വീട്ടിൽ മമ്പുറം നേർച്ചയുടെ തിരക്ക്.

കൈയിൽ പാൽഗ്ലാസുമായി കയിച്ചു അമ്മായിയും കൂട്ടരും ഉന്തിത്തള്ളി അറയിലാക്കിയപ്പോൾ നെഞ്ചിൽ പടപടപ്പ്. പുതിയാപ്ലയുടെ നോട്ടം തറച്ചത് കരളിൽ. നനുത്ത മീശ കവിളിലുരസിയപ്പോൾ മേലാകെ കിക്കിളി. വാക്കുകളിൽ തേൻ. പൂണാരത്തിന്റെ നാളുകൾ. മകളുടെ മുഖത്തെ ചുവപ്പ് ബാപ്പയുടെ ഉള്ളം കുളിർപ്പിച്ചു. രണ്ടാംവിരുന്നും കഴിഞ്ഞു പുതിയാപ്ലയുടെ വീട്ടിലേക്കിറങ്ങാനായി യാത്ര ചോദിച്ചപ്പോൾ ഞാൻ വിങ്ങിപ്പൊട്ടി. ബാപ്പയുടെ മുഖത്തു ചിരി.

"എന്തിനാണ്ടീ കരേണ്? ചിരി പെണ്ണേ ബാപ്പാനെക്കാളും മാഞ്ഞോളം കേറ്റണ പിയ്യാപ്ലനെയല്ലെ ഇന്റെ മോക്ക് കിട്ട്യേത്."

നിറഞ്ഞ കണ്ണ് ബാപ്പ തുടയ്ക്കുന്നതു ഞാൻ കണ്ടു. ഞാൻ ബാപ്പയുടെ മാറിൽ വീണു തേങ്ങിയപ്പോൾ ശക്തിയുള്ള രണ്ടു കൈകൾ എന്നെ താങ്ങി. ആ കൈകൾ എനിക്കെന്നും താങ്ങായിരിക്കുമെന്നു ഞാൻ കരുതി. പക്ഷേ...... എവിടെയായിരുന്നു തുടക്കം? മുല്ലപ്പൂമണം മാറും മുമ്പേ....? ആ മാറിൽ പറ്റിക്കിടന്നു കിനാവു കാണുക എന്റെ പതിവായിരുന്നു. ഞാനപ്പോൾ മറ്റേതോ ലോകത്തായിരിക്കും. തുമ്പിയും പൂക്കളും പാറിനടക്കുന്ന അത്തറിന്റെ പരിമളം മാത്രമുള്ള ലോകം. സ്വർണ ഊഞ്ഞാലിലാടുന്ന ഞങ്ങളെ വീശാൻ സ്വർഗത്തിലെ ഹൂറികൾ. പെട്ടെന്നാണല്ലോ ഞാൻ ഊഞ്ഞാലക്കട്ടിലിൽ നിന്നു മറിഞ്ഞുവീണത്; പൂമണം എന്നെന്നേക്കുമായി പോയ്മറഞ്ഞത്. കണ്ണു തുറന്നപ്പോൾ അദ്ദേഹം കട്ടിലിൽ ഇല്ല. എന്റെ തല തലയണയിൽ.

വേവലാതിയോടെ ഞാൻ എഴുന്നേറ്റ് അറവാതിൽ തുറന്നു പുറത്തേക്കിറങ്ങി. നടുത്തളത്തിൽ കനത്ത ഇരുട്ട്. ആ വീടുമായി ഞാൻ ഇണങ്ങിവരുന്നതേ ഉള്ളു. നടുത്തളത്തിൽത്തന്നെയാണ് അദ്ദേഹത്തിന്റെ ഉമ്മയുടെ മുറി. എഴുന്നേൽക്കാൻ വയ്യാത്തവിധം കിടപ്പിലാണവർ. തപ്പിതടഞ്ഞ് ഞാൻ ഉമ്മയുടെ അറവാതിൽക്കലെത്തി. പാതിയടഞ്ഞ വാതിലിടയിൽ ബെഡ്റൂം ലാമ്പിന്റെ നേരിയ വെളിച്ചം. ഉമ്മ കട്ടിലിൽ മയങ്ങുന്നു. താഴെ വിരിച്ച പായിൽ ജോലിക്കാരി കുഞ്ഞയിശുവിനെ കണ്ടില്ല. ഇനി എങ്ങോട്ടു പോകണം? പരുങ്ങിനിൽക്കുമ്പോൾ ആരോ എന്റെ ചുമലിൽ കൈവച്ചു. ഞാൻ ഞെട്ടിവിറച്ച് ഉറക്കെ ആർത്തു. ആർപ്പ് കേട്ടാകണം വീട് മുഴുവൻ ഉണർന്നു. വെളിച്ചം കണ്ണിലടിച്ചപ്പോൾ ഞാൻ പേടിയോടെ കൺപോള തുറന്നു. അദ്ദേഹം എന്നെ കുലുക്കി വിളിക്കുന്നു. അടുത്തു നിൽക്കുന്ന കുഞ്ഞയിശുവിന്റെ തുടുത്ത മുഖം വിയർപ്പിൽ കുളിച്ചിരുന്നു.

"എന്താടാ? ആരാ നെലോളിച്ചത്?"

ഉമ്മയുടെ ദീനസ്വരം.

"എന്തിനാ ആർത്തത്?"

അദ്ദേഹവും ചോദിക്കുന്നു.

എനിക്കൊന്നും മിണ്ടാനാവുന്നില്ല. കുഞ്ഞയിശു നീട്ടിത്തന്ന വെള്ളം വാങ്ങിക്കുടിക്കാതെ ഞാനെന്റെ മുറിയിലെ കട്ടിലിൽച്ചെന്നു വീണു. അദ്ദേഹം പറഞ്ഞതൊന്നും ഞാൻ കേട്ടില്ല. പിറ്റേദിവസം കിടക്കയിൽനിന്ന് എഴുന്നേൽക്കാൻ പറ്റാത്ത അവസ്ഥയിലായിരുന്നു.

"ഇരുട്ടത്തെന്തോ കണ്ടു പേടിച്ചതാ. ഒരു ചരട് മന്തിരിപ്പിച്ച് കെട്ടിയാമതി."

കുഞ്ഞയിശു പറയുന്നുണ്ടായിരുന്നു. കുഞ്ഞയിശുവിനെ കാണുമ്പോൾ എന്റെ ഉള്ളം വിറച്ചു. കല്യാണം കഴിച്ചു വന്നുകയറിയ ദിവസം തൊട്ട് അവളെ എനിക്കു പേടിയാണ്. ഉമ്മ കിടപ്പിലായതിനാലാകാം അവളാണ് വീട്ടിലെ കാര്യക്കാരത്തി. അദ്ദേഹവും എന്തിനും കുഞ്ഞയിശുവിനെയാണു വിളിക്കുന്നത്.

"നിയ്യെന്നെ പേടിപ്പിച്ചുകളഞ്ഞല്ലോ. എന്തിനാ നീ ഇരുട്ടത്തിറങ്ങി നടന്നത്?"

അദ്ദേഹം പുറംതടവിക്കൊണ്ടു ചോദിച്ചപ്പോൾ എന്റെ കണ്ണുനിറഞ്ഞു.

"ഒണന്നപ്പോ ഇങ്ങളെ കണ്ടീലാ."

"ഞാൻ കുളിമുറീ പോയതല്ലേ. രാത്രി ഒറ്റയ്ക്ക് മുറിക്ക് പൊറത്തെറങ്ങണ്ടാട്ടോ. ഞാനുള്ളപ്പോ നിനക്കെന്തിനാ പേടി?"

ആ വാക്കുകൾ എനിക്കു താങ്ങായി. എന്റെ പേടി മാറി. കളിയും ചിരിയും തിരിച്ചുകിട്ടി. ഒരാഴ്ച കഴിഞ്ഞുകാണും. പാതിരാവിൽ എന്തോ പേക്കിനാവുകണ്ട് ഉറക്കമുണർന്നു. കട്ടിലിൽ അദ്ദേഹമില്ല. ഉമ്മയുടെ മുറിയിൽ കുഞ്ഞയിശുവുമില്ല. പെൺബുദ്ധിയല്ലേ. ഞാൻ അടുക്കളത്തളത്തിലെത്തി. എനിക്കൊന്നും പറയാനാവുന്നില്ലല്ലോ. എന്റെ നാവിനാരോ ചങ്ങലയിട്ടിരിക്കുന്നു. ഞാൻ എല്ലാവരെയും തുറിച്ചുനോക്കി. അദ്ദേഹം സങ്കടത്തോടെ അടുത്തുവരുമ്പോൾ ഞാൻ ഞെട്ടിവിറച്ചു. ശരീരം ചുട്ടുപൊള്ളി. കണ്ണുകൾ മേലോട്ട് ഉരുണ്ടുകയറി. ചുണ്ടു കോടി. മുഖം വികൃതമായി.

"അപസ്മാരെളക്കാ. എന്തോ കണ്ടു പേടിച്ചതാ."

എല്ലാവരും അതിനോടു യോജിച്ചു.

"കുറച്ചുദിവസം അവ്ടെ വന്നു നിക്കട്ടെ."

ബാപ്പ പറഞ്ഞതിനോട് പക്ഷേ, അദ്ദേഹം യോജിച്ചില്ല.

"സുക്കേട് മാറീട്ട് പോയാൽ മതി."

അന്നു രാത്രി അദ്ദേഹമുറക്കമായപ്പോൾ ഞാൻ ഉമ്മയുടെ മുറിയിൽച്ചെന്നു കിടന്നു. പിന്നീടങ്ങോട്ട് ആ മുറിയായിരുന്നു എന്റെ താവളം. അദ്ദേഹത്തെ കാണുമ്പോൾ ഞാൻ തലവഴി പുതപ്പിട്ടുമൂടി ഉറക്കം നടിച്ചു.

"എന്തേ റബ്ബേ ഇക്കുട്ടിക്ക് പറ്റിയത്?"

ഉമ്മയ്ക്ക് എപ്പോഴും ആധി. ഏറെക്കാലം പിടിച്ചുനിൽക്കാൻ ഉമ്മയുടെ ദുർബലശരീരത്തിനു കെൽപ്പുണ്ടായിരുന്നില്ല. താമസിയാതെ അവർ പോയി.

എന്റെ വയറിന് കനംവച്ചു തുടങ്ങിയതു ഞാൻ അറിയുന്നുണ്ടായിരുന്നു. അതു ഞാൻ പക്ഷേ, ആരോടും മിണ്ടിയില്ല. എത്ര നാൾ ഒളിക്കും? സമയമായപ്പോൾ എല്ലാരും അറിഞ്ഞു. ഉമ്മയുടെ മുറിയിൽ ഒരു തടവുപുള്ളിയെപ്പോലെ ഞാൻ കഴിഞ്ഞു. ഒരുദിവസം ഞാൻ എന്റെ മുറിയിൽ എന്തോ ഓർത്തുകൊണ്ടു നിൽക്കുകയായിരുന്നു. അദ്ദേഹം പെട്ടെന്നു വന്നു പിറകിൽനിന്നു കെട്ടിപ്പിടിച്ചപ്പോൾ ഞാൻ ഞെട്ടിവിറച്ചു തിരിഞ്ഞു നോക്കി. അദ്ദേഹത്തെ കണ്ടതും എന്റെ ചുണ്ടുകൾ കോടി. വായിൽ നുരയും പതയും. എന്റെ ശരീരം ചുട്ടുപൊള്ളി. ആ കിടപ്പ് ഞാൻ ദിവസങ്ങളോളം കിടന്നു എന്നാണ് പിന്നീട് അറിഞ്ഞത്. അതിനുശേഷം അദ്ദേഹം എന്റെ അടുത്തു വന്നിട്ടില്ല. വേറെ കല്യാണം കഴിച്ചതു ഞാനറിഞ്ഞു. എനിക്കു പക്ഷേ, നൊന്തില്ല. എനിക്കു വട്ടാണെന്നു പറഞ്ഞുപരത്തിയത് അദ്ദേഹംതന്നെയല്ലേ? വട്ടാണോ എനിക്ക്? ഇപ്പോൾ എനിക്കും സംശയം തോന്നിത്തുടങ്ങിയിരിക്കുന്നു. ഇതാണോ വട്ടിന്റെ ലക്ഷണം?

എനിക്കു വട്ടില്ല എന്നു കൂകി വിളിച്ചു പറയണമെന്നു പലപ്പോഴും തോന്നിയിരുന്നു. ഇങ്ങനെ ചെയ്താൽ വട്ട് ഏറിയെന്നു പറഞ്ഞ് വീണ്ടും ചികിത്സ തുടങ്ങും. ഇപ്പോൾ കുറേക്കാലമായി ഗുളികകൾ ആരും കാണാതെ കക്കൂസിലിടുകയാണു പതിവ്. അതോടെ കുറെ ആശ്വാസമുണ്ട്. പകൽ മയക്കമില്ല. രാത്രി ഒരുവിധം നന്നായി ഉറങ്ങുന്നുമുണ്ട്. പെട്ടെന്നു കൈയിനും കാലിനും തളർച്ച വന്നില്ലായിരുന്നെങ്കിൽ അങ്ങനെ അങ്ങ് കഴിയുമായിരുന്നു. ഇപ്പോൾ എല്ലാം എന്റെ കൈപ്പിടിയിൽനിന്നു വിട്ടിരിക്കയാണല്ലോ.

അള്ളാഹുവേ ഈ ശിക്ഷ ഇനിയെങ്കിലും അവസാനിപ്പിച്ചുതന്നൂടേ?

ഞാനിതുവരെ പരാതികളുടെ കെട്ട് നിന്റെ മുമ്പിൽ നിരത്തി പരിഭവം പറഞ്ഞിട്ടില്ലല്ലോ.

ഇന്നിതാ ഞാൻ നിന്നോട് കേഴുന്നു.

മുഴുഭ്രാന്തിയാക്കി എന്നെ ചങ്ങലയ്ക്കിടുന്നതിനുമുമ്പേ എന്നെ അങ്ങോട്ടു വിളിക്കൂ....

ഞാൻ മനമുരുകിത്തേങ്ങി.

"ഇപ്പം എങ്ങനെയുണ്ട്? എന്താ ഡോക്ടർമാർ പറയുന്നത്?"

കേട്ടുമറന്ന സ്വരം.

ഞാൻ പണിപ്പെട്ടു കണ്ണുതുറന്നു.

ചുറ്റും പരതി.

മകനുണ്ട്. കൂടെ അവനെപ്പോലെതന്നെ മുടിനരച്ച മറ്റൊരാൾ.

അവന്റെ അതേ മുഖം.......

അദ്ദേഹം എന്റെ കട്ടിലിനടുത്തേക്കു നീങ്ങുന്നു....

അരുത്..... എന്നെ തൊടരുത്.....
ഞാൻ കണ്ണ് മുറുകെ അടച്ചു.
എന്റെ നെഞ്ച് പടപടെ ഇടിച്ചു. എനിക്കു ശ്വാസം മുട്ടി.
ലാഹിലാഹാ ഇല്ലല്ലാ... മുഹമ്മദുറസൂലുല്ലാഹ്..... ലാഹിലാഹാ.....
"ഇത്താത്താ......"
"ഉമ്മാ....."
ഞാനെല്ലാം കേൾക്കുന്നുണ്ട്....... അറിയുന്നുണ്ട്.....
കണ്ടതും കേട്ടതും മതി....
ശ്വാസംമുട്ടിനിടയിലും എനിക്കു വ്യക്തമായി പറയാൻ സാധിച്ചു:
"യാ ഇലാഹീ.... യാ റസൂൽ...."

നരകവാതിലുകൾ

"**അ**ള്ളാണെ, എന്റുമ്മാനെ..... ഇനി ഞാൻ ഇങ്ങനൊന്നും ചെയ്യൂലാ. എന്റെ റബ്ബേ...... ഞാനെന്താ ഇങ്ങനെ? വേണ്ടാത്തതോരോന്നു തോന്നിപ്പോകും. നിങ്ങള് പൊറുത്തെന്നു പറഞ്ഞാലേ ഇനിക്കു സമാധാനമുള്ളൂ."

ആശുപത്രിക്കട്ടിലിൽ അരമയക്കത്തിലായിരുന്ന സാബിറ സ്വപ്നത്തിലെന്നവണ്ണം പറഞ്ഞു. അതു കേൾക്കാത്ത മട്ടിൽ ഇറങ്ങിപ്പോവുന്ന ഹുസൈനെ കണ്ടപ്പോൾ അവളുടെ ഭാവം മാറി. മുഖത്തെ സങ്കടം എങ്ങോ മറഞ്ഞു. കണ്ണുകൾ ചുവന്നു. ചുണ്ടുകൾ വക്രിച്ചു. മുഖം ഭീകരമായി. സൈഡ് ടേബിളിലുണ്ടായിരുന്ന സാധനങ്ങൾ ഓരോന്നായി വലിച്ചെറിയാൻ തുടങ്ങി. ഷീറ്റും തലയിണയും ചുരുട്ടി എറിഞ്ഞു. അലറിച്ചിരിച്ചു. ഉമ്മ വന്നു തടഞ്ഞപ്പോൾ അവരെ തള്ളിത്താഴെയിട്ടു.

"അടങ്ങ് മോളേ....... ഇയ്യ് ഇങ്ങനെ ഓരോന്നു കാട്ടിയിട്ടല്ലേ പിയ്യാപ്ല പിണങ്ങണത്."

വീണിടത്തു കിടന്ന് ഉമ്മ പറയുന്നുണ്ടായിരുന്നു.

"നിങ്ങള് മിണ്ടരുത്. നിങ്ങളൊരാളാ ഇന്നെ കൊലയ്ക്ക് കൊടുത്തത്. ഇനിക്കാരുല്ലാ..... എല്ലാരുംകൂടി ഇന്നെ കൊല്ലാൻ വരുന്നേ...."

ബഹളംകേട്ട് ഓടിയെത്തി നഴ്സും അറ്റൻഡറും സാബിറയെ ബലമായി പിടിച്ചുകിടത്തി കൈത്തണ്ടയിൽ സൂചി കയറ്റി.

"എന്നെ കൊല്ലുന്നേ......"

അവൾ കുതറിക്കൊണ്ട് അലറുകയും കുപ്പായം വലിച്ചുകീറുകയും ചെയ്തു. വാതിലിനരികിൽ അന്തംവിട്ടുനിൽക്കുകയായിരുന്ന ഹുസൈൻ കണ്ടു സഹിക്കാനാവാതെ മുഖം പൊത്തി. മരുന്നു ഞരമ്പുകളിൽക്കൂടി അകത്തുകയറാൻ തുടങ്ങിയതോടെ അവളുടെ ഭീകരമായമുഖം വിളറി

വെളുത്തു. വേദനയും നിസ്സഹായതയും നിറഞ്ഞു.

"ഉമ്മാ.. ഇനിക്കു വയ്യല്ലോ.... തൊണ്ടപൊട്ടണ്.... വെള്ളം...."

നിലത്തിരുന്ന് തേങ്ങുകയായിരുന്ന ഉമ്മ പതുക്കെ എഴുന്നേറ്റ് തംബ്ലറിൽ വെള്ളമെടുത്ത് അവളുടെ വായിലേക്ക് കുറേശ്ശെയായി ഒഴിച്ചുകൊടുത്തു. അവൾ മയക്കം തുടങ്ങിയപ്പോൾ നഴ്സ് ഹുസൈനെ കുറ്റപ്പെടുത്തുംവിധം പറഞ്ഞു:

"അവരുടെ മനസിനെ നോവിക്കുന്നതൊന്നും പറയരുതെന്ന് ഡോക്ടർ നിങ്ങളോടു പറഞ്ഞതല്ലേ. അവർ നോർമലല്ല. മറ്റുള്ളവർ അതു മനസിലാക്കണ്ടേ?"

"എന്റെ സങ്കടം കാണാൻ ആരുമില്ലല്ലോ റബ്ബേ.... ഇങ്ങനെ പോയാൽ ഞാനുമിവിടെ കിടക്കേണ്ടി വരും."

"സോറി."

ഹുസൈന്റെ വിഷമം കണ്ട് നഴ്സ് വല്ലാതായി.

"ഇങ്ങള് ഓരോന്നാലോചിച്ച് മനസു പുണ്ണാക്കണ്ട പുതിയാപ്ലേ. ഈ ചികിത്സ കഴിയുന്നതോടെ എല്ലാം മാറൂന്നാ ഡോക്ടർ പറഞ്ഞത്."

"മിണ്ടരുത്. തലയ്ക്ക് ഓളമുള്ള മകളെ എന്റെ തലയിൽ കെട്ടിവച്ചിട്ട് സമാധാനിപ്പിക്കാൻ നടക്കുന്നു. ഇന്നെ പൊട്ടനാക്കിയതല്ലേ.... പടച്ചോൻ വെറുതെ വിടൂലാ........"

ഉമ്മയുടെ കരഞ്ഞുകലങ്ങിയ കണ്ണുകൾ കണ്ട് അയാൾക്കു മുഴുമിക്കാനായില്ല. മുറിയിൽ നിന്നാൽ ഇനിയും എന്തെങ്കിലുമൊക്കെ പറഞ്ഞുപോകുമെന്നു ഭയന്നിട്ടെന്നപോലെ അയാൾ വരാന്തയിലിറങ്ങി മുമ്പിൽ കണ്ട ബെഞ്ചിലിരുന്നു. എന്തു ചെയ്യണമെന്ന് ഒരു രൂപവും കിട്ടുന്നില്ല. ആസ്പത്രിയിലാണെന്നറിഞ്ഞിട്ടും ആദ്യം തിരിഞ്ഞുനോക്കിയില്ല. അവൾ തന്നെ കാണണമെന്നു പറഞ്ഞു ബഹളമുണ്ടാക്കുന്നു എന്നു കേട്ടപ്പോൾ വരാതിരിക്കാൻ കഴിഞ്ഞില്ല. ആകെ മൂന്നു ദിവസമേ ഒന്നിച്ചു കഴിഞ്ഞിട്ടുള്ളൂ. എന്നിട്ടും തീരാത്ത ബന്ധമുള്ളതുപോലെ.

"പെണ്ണുങ്ങക്ക് എടക്ക് എളക്കം ഏറും അല്ലേ. എന്റെ മോനിക്കും അങ്ങനെതന്നെ. നല്ലോണമാണെങ്കിൽ പട്ടുപോലത്തെ സ്വഭാവാ. വിചാരിക്കാണ്ടാ ഓരോന്നു കാട്ടിക്കൂട്ടുന്നത്. ഒരു ചങ്ങായി കച്ചോടത്തില് ചതിച്ചപ്പോ ഓന്റെ അന്തംവിട്ടു പോയതാ. ആ അന്തക്കേട് ഇപ്പഴും മാറീട്ടില്ല. മാറുമെന്നൊക്കെ എവര് വെറുതേ ഞമ്മളെ സമാധാനിപ്പിക്കാൻ പറേന്നതാ."

തൊട്ടടുത്തിരുന്ന് ഒരാൾ സ്വന്തം വിഷമം പറഞ്ഞു ഭാരം തീർക്കാൻ തുടങ്ങുന്നതു കണ്ട ഹുസൈൻ എഴുന്നേറ്റ് തോട്ടത്തിലെ മരച്ചുവട്ടിലെ ബെഞ്ചിൽ ചെന്നിരുന്നു. മരച്ചുവട്ടിൽ ചുവന്ന പട്ടുമെത്ത വിരിച്ചിട്ടതുപോലെ പൂക്കൾ. ഇടയ്ക്കിടെ മഞ്ഞപ്പൂക്കളും. മണിയറയിലെ കട്ടിലിലും ഇതുപോലെ ചുവപ്പും മഞ്ഞയും കലർന്ന പട്ടുവിരിയായിരുന്നു. കട്ടിലിന്റെ അരികിൽ ചുവന്ന പട്ടിൽ പൊതിഞ്ഞ് ചൂളിപ്പിടിച്ചിരിക്കുന്ന പുതുക്കപ്പെണ്ണ്. കൈയിലും കാതിലും കഴുത്തിലും നിറയെ പണ്ടങ്ങൾ. അറയിൽ

കയറി വാതിലടച്ച ഒച്ച കേട്ടിട്ടും അവൾക്ക് അനക്കമില്ല. അടുത്തുചെന്ന് തോളിൽ കൈവച്ചപ്പോൾ ഞെട്ടിത്തെറിച്ചതുപോലെ തുറിച്ചുനോക്കി.

"എന്തേയ്? പേടിച്ചുപോയോ?"

അരുമയോടെയാണ് ചോദിച്ചത്.

എന്നിട്ടും അവളുടെ മുഖത്ത് ഭാവമാറ്റമില്ല. അന്തംവിട്ടപോലുള്ള നോട്ടം.

"മോളേ സാബീ.... വാതിലു തൊറക്ക്. പാലു മേണ്ടേ?"

ആരോ വിളിക്കുന്നതു കേട്ടിട്ടും അവൾക്ക് അനക്കമില്ലെന്നു കണ്ടപ്പോൾ ഹുസൈൻ എഴുന്നേറ്റു ചെന്ന് വാതിൽ തുറന്നു.

"ഓളൊരു മറവിക്കാരത്തിയാ. കൈയിൽ കൊടുത്ത പാല് മേശപ്പുറത്തുവച്ചിട്ടിങ്ങ് പോന്നു."

പാലുമായി എത്തിയ സാബിയുടെ ഉമ്മ പറഞ്ഞു.

അവളുടെ മുഖത്ത് ഭയത്തോടെ നോക്കിയിട്ട് ഉമ്മ ചോദിച്ചു.

"എന്തേയ്? തലവേദന ഏറിയോ?"

അവൾ വെറുതേ തലയാട്ടി. ഉടനെ ഉമ്മ കൈയിലിരുന്ന ഗുളിക പൊട്ടിച്ച് അവളുടെ വായിലിട്ടുകൊടുത്തു.

"മാറിക്കോളും ട്ടോ."

അവളെ തോളത്തു തട്ടി സമാധാനിപ്പിച്ചിട്ട് ഉമ്മ അയാളോടായി പറഞ്ഞു:

"ഇന്നലെ മൊതലുള്ള ഒറക്കൊയിച്ചലല്ലേ. ഒറങ്ങിത്തെളിഞ്ഞാൽ മാറിക്കൊള്ളും."

അവളുടെ പേടിച്ചരണ്ട മുഖം കണ്ടപ്പോൾ കൂടുതലൊന്നും ചോദിക്കാൻ തോന്നിയില്ല. കുളിമുറിയിൽച്ചെന്നു കൈയും കാലും കഴുകി വേഷം മാറിവന്നപ്പോഴേക്കും അവൾ ഉറക്കം തുടങ്ങിയിരുന്നു. എന്തു ചെയ്യണമെന്നറിയാതെ പരുങ്ങി. പട്ടുവിരിയിട്ട കട്ടിലിൽ ചെന്നിരുന്നപ്പോൾ മനസാകെ ചെടിച്ചു. ആദ്യരാവിനെക്കുറിച്ചുള്ള മോഹങ്ങൾക്ക് അതിരില്ലായിരുന്നു. ചമയിച്ചൊരുക്കിയ മണിയറയിൽ നേരിയ വെളിച്ചം. കട്ടിലിൽ നാണിച്ചിരിക്കുന്ന പുതുക്കപ്പെണ്ണിന്റെ മുഖത്ത് പാൽനിലാവ്. ചുണ്ടിൽ തേൻകിനിയും മന്ദഹാസം. ദേഹത്തിനു പനിനീരിന്റെ ഗന്ധം. അവളിൽ അലിയുമ്പോൾ ഉലകം മറക്കുന്നു. പക്ഷേ....... അവൾ ചുരുണ്ടുകൂടി കിടന്ന് സ്വയം മറന്നുറങ്ങുകയാണ്. അരിശത്തോടെ തലയണ വലിച്ച് അവളുടെ മുഖത്തേക്കെറിഞ്ഞിട്ട് സോഫയിൽ ചെന്നുകിടന്നു. ഉറക്കം വന്നതേയില്ല. ഉടലാകെ ചുട്ടുപഴുക്കുന്നതുപോലെ. ക്ഷീണംകൊണ്ടായിരിക്കാം വെളുക്കാറായപ്പോൾ ഒന്നു മയങ്ങി.

നനുത്ത സ്പർശം നെറ്റിയിലേറ്റപ്പോൾ പതുക്കെ കണ്ണുമിഴിച്ചു. നാണിച്ചു തലകുനിച്ച് കൈയിൽ ചായയുമായി അവൾ. കൈക്ക് മഞ്ഞിന്റെ കുളിര്. ഈറൻമുടിയിൽനിന്നും വെള്ളം മുഖത്തേക്കിറ്റിവീണപ്പോൾ അവളെ വാരിപ്പുണർന്നു. അവൾ ചായക്കപ്പ് താഴെയിട്ട് കുതറിമാറി അലറി വിളിച്ചുകൊണ്ട് പുറത്തേക്കോടി. ബഹളം കേട്ടാകണം

മുറിവാതിൽക്കൽ തിരക്ക്. ഏറ്റവും മുന്നിൽ അവളുടെ ബാപ്പ, ഉമ്മ, മറ്റു പലരും. സ്ത്രീകളുടെ കണ്ണുകളിൽ പരിഹാസം.

"എന്തേണ്ടായത്?"

ഉമ്മ വേവലാതിയോടെ ചോദിച്ചു.

"മോളോടു ചോദിച്ചു നോക്കാത്തതെന്ത്?"

അരിശത്തോടെയാണ് പറഞ്ഞത്.

"ചെറിയ കുട്ടിയല്ലേ പിയ്യാപ്ലേ. കുറച്ച് മയത്തിലൊക്കെ വേണ്ടേ?"

കുറ്റപ്പെടുത്തുന്ന വിധത്തിലാണ് അവളുടെ ബാപ്പ പറഞ്ഞത്.

അറവാതിൽക്കൽ കൂടിനിന്ന പെണ്ണുങ്ങളുടെ ചുണ്ടിൽ പരിഹാസച്ചിരി. നാണംകൊണ്ട് തൊലി ഉരിയുന്നതുപോലെ തോന്നി.

ഒന്നും മിണ്ടാതെ കുളിമുറിയിലേക്കു നടന്നു. ഇനി ഇങ്ങോട്ടേക്കില്ല. അവൾക്കു കൂടെ കഴിയണമെന്നു മോഹമുണ്ടെങ്കിൽ തന്റെ വീട്ടിലേക്കു വരട്ടെ. കുളിക്കുമ്പോൾ തീരുമാനിച്ചിരുന്നു. ആകെ ഒരു പന്തികേടു തോന്നാതിരുന്നില്ല. എവിടെയോ എന്തോ കുരുക്കില്ലേ? ഉള്ളു പിടച്ചു. കുളി കഴിഞ്ഞെത്തിയപ്പോൾ കട്ടിലിലിരുന്ന് അവൾ വിതുമ്പുന്നു. കണ്ടതായി ഭാവിച്ചില്ല. തിരക്കിട്ട് വേഷം മാറി പുറത്തിറങ്ങാൻ തുടങ്ങിയതും അവൾ ഓടിവന്നു കാലിൽ വീണു.

"ഛേ.... എന്തായീ കാണിക്കുന്നത്?"

പിടിച്ചുയർത്തിയതും അവൾ മാറിൽ വീണു തേങ്ങി.

"ഇന്നോടു പൊറുക്ക്....... ഒന്നും വേണമെന്നുവെച്ചല്ല. അറിയാതെ ഓരോന്ന്..... ഉമ്മ ബയക്കു പറഞ്ഞ്......"

അവളുടെ മുഖം പതുക്കെ പിടിച്ചുയർത്തി. കരഞ്ഞുകലങ്ങിയ കണ്ണുകളിൽ അവശത. ചുവന്നു തുടുത്ത മുഖം നിറയെ സ്നേഹം. അതോടെ അതുവരെ തോന്നിയ അരിശം ഇല്ലാതായി. അവളെ അലിവോടെ മാറോടണച്ചു. നെറ്റിയിലും കവിളിലും ഉമ്മ വച്ചപ്പോൾ അവൾ സുരക്ഷിതമായ ഒരിടം കണ്ടതുപോലെ മാറിൽ പറ്റിച്ചേർന്നു.

"പിയ്യാപ്ലേ..... ചായ കുടിക്കണ്ടേ.... ബിളിക്കാൻ ബന്ന സാബിയെ കാണാനില്ലല്ലോ......"

വാതിൽക്കൽ ആരുടെയോ പരിഹാസം.

"ഞാൻ വൈന്നേരം നേരത്തേ വരും. ഒരുങ്ങിനിൽക്കണം. ഒരു സ്ഥലംവരെ പോകാനുണ്ട്."

അവൾ നാണത്തോടെ തലകുലുക്കി.

ഊൺതളത്തിൽ പുതിയാപ്ലസൽക്കാരത്തിന്റെ ബഹളം. കോഴി നിറച്ചതും പൊരിച്ചതും. പലതരം പത്തിരികളും ഗോതമ്പക്കഞ്ഞിയും ആട്ടിൻതലയും..... പലതരം വിഭവങ്ങൾ. ഓരോരുത്തരുടെ നിർബന്ധത്തിനു വഴങ്ങി ഓരോന്നു കഴിക്കുന്നതായി ഭാവിച്ചതല്ലാതെ ഒന്നും കഴിക്കാൻ തോന്നിയില്ല.

വൈകുന്നേരം ബൈക്കുമായി എത്തിയപ്പോൾ അവൾ അണിഞ്ഞൊരുങ്ങി കാത്തിരിക്കുന്നു. മേശപ്പുറത്ത പലഹാരങ്ങൾ നിരത്തി സൽക്കരി

ക്കാൻ തയാറായി ഉമ്മയും ബാപ്പയും.

"ഒന്നു ചുറ്റിയടിച്ചിട്ട് വരാം. ഇന്ന് രാത്രി പൊരേല് ചെല്ലാന്ന് ഉമ്മാനോട് പറഞ്ഞിട്ടുണ്ട്."

യാത്ര ചോദിച്ചു.

"നാളെ തക്കാരം കയിഞ്ഞിട്ട് അങ്ങട്ട് പൂവാന്നല്ലേ പറഞ്ഞത്?"

അവളുടെ ഉമ്മയുടെ സ്വരത്തിൽ പരിഭ്രമം.

"അതു സാരല്ല. അവിടന്നു പെണ്ണുങ്ങള് വരുമ്പോൾ സാബിയും വന്നാപ്പോരേ?"

"മതി എന്നാലും.... അതല്ലല്ലോ നാട്ടുനടപ്പ്."

"ഇന്ന് അങ്ങട്ടെത്താമെന്ന് ഉമ്മാനോട് വാക്കു പറഞ്ഞു. കഞ്ഞിക്ക് കുറച്ച് ചങ്ങായിമാരെ ക്ഷണിക്കുകയും ചെയ്തു."

ബാപ്പ എതിർക്കും മുമ്പേ പോർട്ടിക്കോയിലിറങ്ങി ബൈക്ക് സ്റ്റാർട്ടാക്കാൻ തുടങ്ങി.

"പിയ്യാപ്ലേ.... ഒന്നും ബിചാരിക്കരുത്. സാബിക്കായി ഞാനൊരു പുതിയ സെൻ എടുത്തിട്ടുണ്ട്. അതന്നെ മേണാന്ന് ഓക്ക് നിർബന്ധം. ഇതാ താക്കോല്."

മടിച്ചുനിന്നപ്പോൾ അയാൾ സ്നേഹത്തോടെ നിർബന്ധിച്ചു.

"മറുത്തു പറയരുത്. ഇനിക്കിതൊന്നേ ഉള്ളു. സ്വന്തം ബാപ്പ തരുന്നതാണെന്നു കൂട്ടിക്കോളീ."

പിന്നെ എതിർത്തില്ല.

അവളേയും കൂട്ടി ബീച്ചിലും മറ്റും ചുറ്റിക്കറങ്ങി ഇഷ്ടമുള്ള സാധനങ്ങളെല്ലാം വാങ്ങിച്ചുകൊടുത്ത് സന്തോഷത്തോടെയാണ് വീട്ടിലെത്തിയത്. ഉമ്മയും സഹോദരിമാരും സാബിയെ ആദരിച്ചെതിരേറ്റു.

"ഇച്ചെക്കന്റെ കാര്യം. ഇന്നുകൂടി ആടെനിന്ന് നാളെ പോന്നാപ്പോരായിരുന്നോ?"

ഉമ്മ.

"ഉമ്മാനെ കാണാണ്ട് ഇനിക്കാവ്വോ?"

കേട്ടപ്പോൾ ഉമ്മയുടെ മുഖം തെളിഞ്ഞു. എന്നിട്ടും ഭംഗിവാക്കെന്നോണം പറഞ്ഞു.

"പെണ്ണു കെട്ടിയിട്ടും ചെക്കന്റെ ഇള്ളക്കളി മാറീട്ടില്ല."

"എന്താ പിയ്യോട്ടീ അന്തംവിട്ട് നിക്കണത്? ബാ, അറ കാണിച്ചുതരാം."

കൈയ് പിടിച്ചപ്പോൾ സാബി പെട്ടെന്ന് കൈതട്ടിമാറ്റിയെങ്കിലും കൂടെ വന്നു. അവളുടെ പെട്ടെന്നുള്ള ഭാവമാറ്റം വല്ലാതെ അസ്വസ്ഥനാക്കി. ഇവളെന്താ ഇങ്ങനെ എന്നു തോന്നുകയും ചെയ്തു. മുറിയിൽ അവർ മാത്രമായതോടെ വീണ്ടും സാബിയുടെ കണ്ണുകളിൽ ഭയം.

"അലമാരിയിൽ നൈറ്റിയുണ്ട്. ഇതൊക്കെ മാറ്റിക്കോളൂ."

പറഞ്ഞതും അവൾ അനുസരണയോടെ കുളിമുറിയിലേക്കു നടന്നു.

"ഇക്കാക്കാ കഞ്ഞി കുടിക്കാൻ വരീ."

പെങ്ങൾ വിളിക്കുന്നതുകേട്ട് അയാൾ പുറത്തേക്ക് ചെന്നു. ചങ്ങാതിമാരെ ക്ഷണിച്ചിട്ടുണ്ട് എന്നൊക്കെ വെറുതെ നുണ തട്ടിവിട്ടതാണ്. അന്നു രാവിലത്തെ അപമാനമോർത്തപ്പോൾ ഇനി ഒരു രാത്രിയും അവിടെ കഴിയാൻ ആവില്ലെന്നു തോന്നിയിരുന്നു. ഭക്ഷണം കഴിഞ്ഞെത്തുമ്പോൾ അവൾ വേഷം മാറി കട്ടിലിലിരിക്കുന്നു. മുന്നിൽ നാലഞ്ചിനം ഗുളികകൾ. ഏതു കഴിക്കണമെന്നറിയാതെ പരുങ്ങുന്ന ഭാവം.

"ഇതൊക്കെ ആരുടേതാ?"

"ഇന്റേതാ. ഇതിലിപ്പോ ഏതാ രാത്രി കഴിക്കേണ്ടത്? എപ്പളും ഉമ്മയാ എടുത്തു തരുന്നത്."

"നിനക്കെന്താ അസുഖം?"

"ഒറക്കം വരൂലാ. അപ്പം പേടി തോന്നും. ഓരോന്നൊക്കെ കിനാക്കാണും. ഭൂതത്താന്മാര് തലയ്ക്കകത്ത് പാഞ്ഞുനടക്കും. ഗുളിക മൊടക്കരുതെന്ന് ഉമ്മ പറഞ്ഞിട്ടുണ്ട്."

ഗുളിക കൈയിലെടുത്ത് പേരുകൾ വായിച്ചപ്പോൾ അസ്വാസ്ഥ്യം ഏറി. സംശയം തീർക്കാനായി കൂട്ടുകാരനായ ഡോക്ടറെ വിളിച്ചു കാര്യം തിരക്കി.

"ഇതൊക്കെ ആരാടോ കഴിക്കണത്?" അവന്റെ ചോദ്യം. ബന്ധത്തിൽപ്പെട്ട ഒരാളെന്നേ പറയാൻ കഴിഞ്ഞുള്ളൂ.

"കടുത്ത മാനസികരോഗമുള്ളവർക്കാ സാധാരണ ഇത്തരം ഗുളിക കൊടുക്കാറുള്ളത്."

"എന്റെ റബ്ബേ....."

അറിയാതെ വിളിച്ചുപോയി.

"എന്താടാ?"

"ഒന്നുമില്ല. ശരി ഞാൻ പിന്നെ വിളിക്കാം."

തിരിച്ച് മുറിയിലെത്തിയപ്പോൾ അവൾ ഒരുപിടി ഗുളിക വായിലിടുന്നു. കൈക്കൊരു തട്ടുകൊടുത്തപ്പോൾ ഗുളികകൾ താഴെത്തെറിച്ചു.

അതോടെ അവളുടെ ഭാവം മാറി.

"ഗുളിക തരാണ്ടെ ഇന്നെ കൊല്ലാൻ നോക്ക്ആ അല്ലേ....? ഇന്നെ കൊല്ലാൻ വന്നതാ അല്ലേ....?"

അയാളെ തള്ളിയിട്ടുകൊണ്ടാണ് അവളുടെ ചോദ്യം. വെളുത്തുതുടുത്ത മുഖം പെട്ടെന്നാണ് വികൃതമായത്.

"സാബീ.... എന്താത്?"

"പോ... ഇന്നെത്തൊടരുത്... ഇനിക്കിപ്പം ഉമ്മാനെ കാണണം... ഉമ്മച്ചീ...."

തലയിൽ കൈവച്ച് ആർക്കുകയാണ് സാബി. വിളികേട്ട് വീടു മുഴുവൻ അവിടെയെത്തി.

"എന്താത് മോനെ...?"

"നമ്മളെ ചതിക്കുകയായിരുന്നുമ്മോ...."

അത്രയുമേ ഹുസൈനു പറയാൻ കഴിഞ്ഞുള്ളൂ. അവൾ ആർപ്പു

നിർത്തി മുറിയിലെ സാധനങ്ങൾ ഓരോന്നായി വലിച്ചെറിയാൻ തുടങ്ങിയതോടെ അയാൾ അടുത്തുചെന്ന് അവളെ തടയാൻ ശ്രമിച്ചു. ഒരുവിധത്തിലും അടങ്ങുന്നില്ല.

"മോനേ, ഓളെ പൊരേലേക്ക് വിളിച്ചു പറ...."

ഉമ്മ കിതച്ചുകൊണ്ടു പറഞ്ഞു.

വീട് അടുത്തുതന്നെയാണ്. ഫോൺ വിളിച്ചതും അവളുടെ ഉമ്മയും ബാപ്പയുമെത്തി. എത്തിയതും ഉമ്മ ഏതോ ഗുളിക അവളുടെ വായിലിട്ടു കൊടുത്തു. അപ്പോഴേക്കും അവൾ ആകെ തളർന്നിരുന്നു. ആർപ്പുതേങ്ങലായി. പിന്നീട് കിതപ്പായി. കരച്ചിലും പതംപറയലുമായി. അരിശം സഹിക്കാനാവാതെ ഉമ്മറത്ത് അച്ചാലും മുച്ചാലും നടന്നു.

"പിയ്യാപ്ലേ... എന്നാ ഞമ്മള് പോട്ടേ?"

പിന്നിൽ അവളുടെ ബാപ്പ.

"മോളേയും കൂട്ടിക്കോ."

"അതിപ്പോ.... നാളെ തക്കാരത്തിനു വരുമ്പം."

"ഇനി തക്കാരോം തടുത്തുപിടീം ഒന്നുംവേണ്ട. എല്ലാം തീർന്നു."

"ഓക്കൊരു സൂക്കേടൂല്ലാ.... ചെല നേരത്തിങ്ങനാ. മൂക്കത്താ അരിശം."

"അത് നിങ്ങള് സഹിച്ചാമതി, ഇനിക്കാവൂലാ."

"നാട്ടാരെന്തു പറയും?"

"എന്തെങ്കിലും പറഞ്ഞോട്ടെ. ഇനിക്ക് കൊലക്കുറ്റത്തിനുത്തരം പറയാനാവൂലാ."

"ഇങ്ങള് മുന്നിലൂല്ലേ പെങ്കുട്ട്യേള്...?"

"മിണ്ടരുത്. അറിഞ്ഞുകൊണ്ട് ചതിച്ചിട്ട്... എന്റെ ജീവിതം നശിപ്പിച്ചിട്ട് ന്യായം പറയുന്നോ?"

"മോനേ..... നാളെക്കയിഞ്ഞിട്ട്..."

"ഇല്ല.... ഇപ്പം പോണം."

"ഇനി ഞാൻ ഒന്നും ചെയ്യൂലാ.... അള്ളാണെ.... നബിയാണെ....."

സാബിയുടെ തളർന്ന സ്വരം കേട്ടില്ലെന്ന മട്ടിൽ അകത്തേക്കു നടന്നു.

"ബാ മോളേ....."

അവളുടെ ഉമ്മയുടെ കരച്ചിൽ.

"ഓലെ ബിളിക്കുമ്മാ...."

"ഓര് ബരൂലാ. ഇന്റെ മോള് ബാ...."

കാറിന്റെ വാതിലടയുന്നതും അകന്നു പോകുന്നതും അറിഞ്ഞിട്ടും പുറത്തിറങ്ങിയില്ല.

അവളെ ആശുപത്രിയിൽ അഡ്മിറ്റു ചെയ്ത വിവരത്തിന് അവളുടെ ബാപ്പ രാവിലെ വിളിച്ചിരുന്നു. കൂടുതലാണെന്നറിഞ്ഞിട്ടും ചെന്നു കാണാൻ സാധിച്ചില്ല.

"ഇങ്ങള് ഒന്നു കാണണമെന്നു പറഞ്ഞ് എന്റെ മോളിന്ന് ഒരേ കര

ച്ചിൽ. ഒന്നും തിന്നണതുപോലുമില്ല. ഇങ്ങനെ പോയാ ഓക്കിതീന്ന് രക്ഷയില്ലാന്നാ ഡോക്ടർ പറേണത്. ഒന്നിവിടംവരെ വരണം. ഇതൊന്നു മാറീട്ട് ഇഷ്ടമുള്ളത് ചെയ്തോളീ."

അവളുടെ കാര്യം പറഞ്ഞുകേട്ടപ്പോൾ ഉമ്മയ്ക്ക് ആധി.

"ഒന്നു ചെന്നു നോക്ക് മോനേ...... നമ്മളെ മുന്നിലും......"

ഉമ്മയുടെ നിർബന്ധംകൂടി ആയപ്പോഴാണ് പോയത്.

"വന്നോ.... ഇനിക്കറിയാം വരൂന്ന്. ഒന്നും ഞാൻ അറിഞ്ഞോണ്ടല്ല ല്ലോ.... ഇന്നോടു പൊറുക്കുമെന്ന് ഞാൻ പറഞ്ഞില്ലേ ഉമ്മാ."

അടുത്തുചെന്നു നിന്നതും കൈയിൽ പിടിച്ച് സാബി സങ്കടം പറഞ്ഞു.

ഉത്തരമൊന്നും പറയാതെ അവളുടെ കൈവിടുവിച്ച് പുറത്തേക്കിറങ്ങിയപ്പോൾ വീണ്ടും കോപം നുരഞ്ഞു. ഒരാഴ്ചയായി ഈ നില തുടരുന്നു. വരരുതെന്നു തീരുമാനമെടുത്താലും ഇവിടെ എത്തിപ്പെടുന്നു. എന്റെ റബ്ബേ..... ഞാനെന്താ വേണ്ടത്?

"മോനേ... ഹുസൈനേ...."

വിളികേട്ടു നോക്കിയപ്പോൾ ഉമ്മയുടെ സഹോദരൻ ആലിക്ക.

നീയെന്തു ഭാവിച്ചാ ഇവിടെയിങ്ങനെ കൂടീരിക്കണത്? പറ്റിയതു പറ്റി. ഇന്റെ കുട്ടി ഇതിലെരൊപ്പിട്ടാളാ."

ആലിക്ക നീട്ടിയ കടലാസു വാങ്ങി വായിച്ചുപോലും നോക്കാതെ ഒപ്പിട്ടിട്ട് സാബിയുടെ മുറിയുടെ നേർക്ക് നടന്നു.

"ഇയ്യെങ്ങോട്ടാ? ഇനി നീ ഓളെ കാണാമ്പാടില്ല."

ആലിക്ക പിറകിൽനിന്നു പറയുന്നതു കേൾക്കാത്ത മട്ടിൽ യാത്ര പറയാനെന്നപോലെ അവളുടെ മുറിയുടെ ചാരിയിട്ട വാതിലിനിടയിലൂടെ അകത്തേക്കു നോക്കി.

"മൂപ്പരിക്ക് ഇന്നോടിഷ്ടക്കേടൊന്നുമില്ല, അല്ലേമ്മാ? ഓര് ഇന്നെവിട്ട് എങ്ങട്ടും പോവൂലാ....."

സാബിയുടെ ഇടറിയ വാക്കുകൾ അകത്ത് തീയ് കോരിയിട്ടു.

"റബ്ബേ...... എന്നോടു പൊറുക്കൂ.... എനിക്കിനി വയ്യ..."

ആരോടെന്നില്ലാതെ പറഞ്ഞു.

അയാൾ ലക്ഷ്യം തെറ്റിയ അമ്പുകണക്കെ എങ്ങോട്ടോ പാഞ്ഞു.

www.ingramcontent.com/pod-product-compliance
Lightning Source LLC
LaVergne TN
LVHW060415051026
849518LV00007B/2554
9788126204700